"Lokacin da Ray Ortlund yayi magana, ina saurare. Zamana ya yi girma cikin ilimi amma yana bukatar hikima. Fasto Ray haka mana. Ɗauki wannan albarkatu ku ji daga wani mutum wanda ke da zurfin ilimin tauhidi wanda ya dace da alherin bishara."

> **Eric M. Mason,** Lead Pastor, Epiphany Fellowship, Philadelphia, Pennsylvania; President, Thriving; author, *Manhood Restored*

"Ikkilisiya ba sa sa bisharar ta zama gaskiya, amma idan 'zaƙin Ubangiji' ya kasance a kanmu, cocin ya zama shaida mai ƙarfi na alherin Allah. Tare da ainihin gaskiya da bege, Ray Ortlund ya gaya mana yadda wannan alherin zai iya bunƙasa a tsakaninmu—ko da karye kamar yadda muke—domin ɗaukakar Kristi ta haskaka daga gare mu."

> **Bryan Chapell,** President Emeritus, Covenant Theological Seminary; Senior Pastor, Grace Presbyterian Church, Peoria, Illinois

"Ray Ortlund ya haɗu da zurfin tunani na Littafi Mai-Tsarki kan yadda koyarwar bishara dole ne ta kai ga al'adar bishara tare da zaɓaɓɓun zaɓaɓɓu daga manyan tsarkaka a tarihin coci. Dole ne a karanta wa kowane coci da ke son taimakawa maimakon hana ɓatattu cikin sha'awar Kristi."

> **Craig L. Blomberg,** Distinguished Professor of New Testament, Denver Seminary

"Mai tilastawa. Mai laifi. Karfafawa. Bincike. Kuma mafi yawan duka, shigar. Wane kyakkyawan hangen nesa na abin da ikkilisiya za ta iya zama ta wurin ikon bishara. Ta yaya ya bayyana cewa bisharar ta ratsa zuciyar Ortlund. Karanta shi. Yi addu'a ta wurinsa. Ku roƙi Allah ya yi amfani da saƙonsa da ƙarfi a cikin ikilisiyarku da sauran majami'u da yawa."

> **Thomas R. Schreiner,** James Buchanan Harrison Professor of New Testament Interpretation, The Southern Baptist Theological Seminary

"Fasto-malami Ray Ortlund, a cikin sabon littafinsa, ya fitar da alheri a cikin bisharar. Kuma cocin da ba ya nuna wannan nagarta a rayuwarsu tare, in ji shi, yana lalata bisharar da suke yi. Magana ce mai kyau, kuma mai dacewa."

> **Mark Dever,** Senior Pastor, Capitol Hill Baptist Church, Washington, DC; President, 9Marks

tafi mai ban sha'awa, Ray Ortlund yana yin aikin da ya zama
dole kur   astawa na haɗa bisharar mai ba da rai zuwa ga raye-raye da
shaida   angensa na al'adun bishara da ke bunƙasa a cikin ƙasa mai al-
barke   a   var bishara zai kama waɗanda suke marmarin ganin duniya ta
kar   ƙ

Ste   **. Um,** Senior Minister, Citylife Presbyterian Church, Boston, Mass-
ach   co-author, *Why Cities Matter*

BISHARA

YADDA IKKILISIYA KE BAYYANA HASKEN ALMASIHU

RAY ORTLUND

AXIS RESOURCES

Original edition in English under the title:
The Gospel: How the Church Portrays the Beauty of Christ
Copyright © 2014 by Ray Ortlund
Published by Crossway
                1300 Crescent Street
                Wheaton, Illinois 60187

Hausa edition:
Bishara: Yadda Ikkilisiya ke bayyana hasken Almasihu.
Copyright © 2022 by AXIS Resources
www.axis-ministries.com

Translated into Hausa by Ayuba Ahmed

9Marks ISBN: 978-1-958168-66-0

Zuwa ga Ikkiisiyar Immanuel, inda koyaswa akan bishara da al'adar bishara suka gamu,duk domin daukakar Allah.

ABINDA KE CIKI

GABATARWAR JERIN LITATTAFAI

Kun yarda cewa hakinku ne ku taimaka don gina ikkilisiya mai lafiya? Idan ku Krista ne, mun yarda da haka.

Yesu ya umarce ku ga hidimar almajirantaswa (Mat. 28:18–20). Yahuza ya ce ku inganta kanku ga bangaskiya (Yahuza 20–21). Bitrus ya kira ku ga yin amfani da baiwar ku wajen kyautatawa juna (1 Bit. 4:10). Bulus ya gaya maku wace ku fadi gaskiya cikin kauna don ikkilisiyarku ta zama cikakka (Afisawa 4:13, 15). Kunga daga inda muka sami wannan?

Idan kai mamba ne ko kuma shugaba na ikkilisiya, manufar tara littattafai game da Gina Ikkilisiyoyi masu Lafiya shi ne taimaka maku cika wadannan umarnai na Littafi Mai Tsarki da kuma bada gudumawarmu wurin gina ikkilisiya mai lafiya.

Ko kuma muna iya cewa, muna fata wadannan litattafai zasu taimaka maku yin girma cikin kaunar ikkilisiya kamar yadda Yesu ke kaunar ikkilisiyarku.

9Marks tsara ya kuma wallafa littafi takaitacce, mai saukin karantawa wanda Mark Dever ya dauki kowanne dayansu domin ya bayyana alamomi 9 na ikkilisiya mai lafiya, ya kuma kara daya akan ingantacciyar koyaswa. Ku jira littatafai akan wa'azi na fassara, tauhidin Littafi Mai Tsarki, bishara, tuba, wa'azin bishara, zama mamba na ikkilisiya, bada horo a ikkilisiya, almajiranci da girma, da kuma shugabanci a ikkilisiya.

Ana kafa ikkilisiyoyi domin su bayyana daukakar Allah ga dukan al'ummai. Muna cimma haka ne ta wurin kafa begenmu ga bisharar Yesu Almasihu, da dogara a gareshi domin samun ceto, da kuma kaunar juna cikin tsarki na Allah, hadin kai, da kauna. Muna addu'a wannan littafi dake hannunku zai zama da taimako.

Kyakkyawan fata daga,
Mark Dever da Jonathan Leeman
editocin wadannan jerin littattafai

SHARHI

Shaidan, cikin hanyoyinsa na mugunta, da munanan dabarunsa, a kullum manufarsa itace bata aikin Allah da kuma dakile shirye-shiryensa don ya farantawa mutanensa rai ya kuma kawo yabo ga sunansa. Don haka, ya zama wajibi ikkilisiya ta kasance cikin yaki da Shaidan a kullum, tun da shi kansa Shaidan a kullum cikin yaki yake da ikkilisiya da kuma mu masu bi.

A yau, Allah yana sabonta bukatar da ake da ita game da ilimi mai zurfi na sanin gaskiyarsa a cikin Nassi da kuma kaunarsa cikin Almasihu a ikkilisiya. Duk da haka a bayyane yake cewa Shaidan yana kokari don ya karkatas da wannan yunkurin ta wurin haddasa matsala tsakanin jama'a da suke da wannan tunani. Muna da tab-bacin cewa, zai ci gaba da yin haka har tsawon lokacin da za a ci gaba da sabonta koyaswar Littafi Mai Tsarki. Don haka, akwai bukatar littattafai masu kara wa jama'a fahinta game da bangaskiya ta kwarai a cikin Almasihu, su bayyana kansu cikin hasken Almasi-hu a rayuwa (kamar wannan littafin da ke hannu) zasu kuma ka-sance da mahimmanci ga Krista a lokaci irin wannan. Da alama babu shakka mu masu bi bamu yi tunani yadda ya dace mu rika yi sosai ba game da al'adun ikkilisiyoyinmu. Al'ada kalmace ta aro daga ilimin zamantakewa, wacce ke nufin salon rayuwar jama'a da ke bayyana ra'ayoyi iri daya da kuma amincewa tsakanin jama'a. Ya kamata al'adar ikkilisiya ta kasance a koyaushe ta daidai da yayayin rayuwa na wannan zamani. Ya kamata ta kasance irin kaunarmu ga juna wacce ke nuna kauna ta hadaya irin wacce Yesu Almasihu Mai Cetonmu da Ubangijinmu da yi mana. Wannan na tuna mana cewa imanin Krista ba tare da yin la'akari da al'adar Krista ba munafunci ne karara, Dr. Ortlund ya yi mana hidima mai kyau irin wacce

3

kuma ake bukata. Bari kalmominsa su kai ga kunnuwan mutane su kuma amfana da su.

J. I. Packer
Board of Governors' Professor of Theology
Regent College

GABATARWA

"Bishara" (abinda muke kira "bishara") kalma ce ta
Hellenanci, wacce take nuni da kyakkyawa, murna,
farin ciki da kuma labari mai faranta zuciya, kalma
ce wadda take cika zuciyar mutum da murna da
rera waka da rawa da kuma tsalle don farin ciki.[1]

William Tyndale

William Tyndale, wanda ya fassara Littafi Mai Tsarki zuwa Turanci,
shine ya rubuta wadannan kalmomi masu dadi a shekara ta 1525.
Ya kuma hatimce su da mutuwar shahada. Muna rayuwa a cikin
duniya mai cike da rudani, ganin yadda za a ki al'amari mai cike da
farin ciki irin wannan! amma haka yake kasancewa.

Kamar yadda Tyndale ya bayyana, ainihin fassarar kalmar
"bishara" a Helenanci, tana nufin labari mai dadi.[2] Bishara bata
zama shari'a ba, wacce sai mun biya kafin mu samu. Bishara sanar-
wa ce wadda ake maraba da ita, wacce ke jaddada cewa Yesu ya
biya komai baki daya. Kamar kiran waya ne wanda muka dade
muna jira. Da zarar kiran ya shigo, saimu dauki wayar cikin hanzari
mu amsa kiran. Bishara sako ne da za a yi shela a kuma gaskata
(Markus 1:14–15). Itace batu mafi mahimmanci na Littafi Mai
Tsarki baki daya (Galatiyawa 3:8). Daga wurin Allah take
(Galatiyawa 1:11–12). Ta cancanci faman mu (Filibiyawa 1:27–30).

---

[1] William Tyndale, "A Pathway into the Holy Scripture," in *Doctrinal Treatises* (Cambridge: The University Press, 1848), 8.

[2] F. Blass and A Debrunner, *A Greek Grammar of the New Testament and Other Early Christian Literature*, trans. Robert W. Funk (Chicago: The University of Chicago Press, 1973), 119.

5

Wannan labari mai dadi yafi fata nagari. Yana dauke da taka-maiman sako. Wajibi ne a ayyana shi, ya kuma kasance daga Littafi Mai Tsarki kadai. Ya zama wajibi kowacce tsara ta sake daukar Littafi Mai Tsarkinta domin sake gano bishararta don kanta ta kuma sake bayyana tsohon sakon cikin kalmominta domin zaman-inta.

Muna daidai wannan lokaci na sake gano bishara, abin sha'awa ne kuma da muka sami kanmu a ciki. Wannan shine mahimmin sako wanda mutane masu gaskatawa da Littafi Mai Tsarki ke jad-dadawa:

> Allah, ta wurin rayuwa cikakkiya, mutuwa ta hadaya, da kuma tashin jikin Yesu Almasihu daga matattu, ya ceci duka mutanensa daga fushin Allah zuwa samun sulhu da Allah, tare da alkawarin cikakkiyar sakewa ta har abada—duka domin yabo na daukakar alherinsa.

Ceto daga hukuncin Allah zuwa tarayya da Allah duka aikin Allah ne. Ba namu bane. Lallai wannan albishir ne! Wannan bisharar kuma sananniya ce, ana kuma wa'azinta da gaske a cikin ikkilisiyoyinmu a yau.

WANI ABU MAI TAYAR DA HANKALI

Amma ga wani abu mai tayar da hankali. Idan har ikkilisiyoyinmu sun ta'allaka ga kyakkawan sako irin wannan, me yasa muke ganin abubuwa marasa kyau a wadannan ikkilisiyoyi—kama daga zama cikin jayayya zuwa nuna tsananin gajiya? Ina ikon fansa na bishara? Me yasa bamu ganin rera wakoki, rawa, da kuma tsalle na farin ciki kamar yadda wadanda Tyndale ya ambata ba?

Wannan matsalar ba sabuwa ba ce. Annabi Ishaya ya rubuta cewa:

> Isra'ila ita ce gonar inabin Ubangiji Mai Runduna, Ja-ma'ar Yahuza su ne itatuwan inabin da aka daddasa. Ya sa zuciya za su yi abin da yake mai kyau, Amma a

6

maimakon haka sai suka zama masu kisankai! Ya zaci za su aikata abin da yake daidai, Amma waɗanda suka fāɗa hannunsu kururuwa suke yi, suna neman adalci! (Ishaya 5:7)

Mutane nawa ne a garuruwanmu suke zuwa ikkilisiya domin sauraron "albishir na farin ciki mai yawa" (Luka 2:10) amma su kare a cikin matsananciyar matsala?

Kada muyi zaton cewa ikkilisiyoyinmu masu aminci ne ga bishara. Bari muyi bincike domin tabbatar da hakan. Koda yake, "Kowanne al'amari ya kan yi kokarin samar a akasinsa."[3] Ikilisiyar da ke da gaskiyar bishara a cikin tauhidin ta na iya samar da akasin bishara a cikin ayyukanta. Ubangiji rayayye ya cewa daya daga cikin ikilisiyoyinsa, "Tun da ka ce, kai mai arziki ne, cewa ka wadata ba ka bukatar kome, ba ka sani ba kuwa kai matsiyaci ne, abin yi wa kaito, matalauci, makaho, tsirara kuma" (Wahayin Yahaya 3:17). Abinda suka yi imani bisa ga koyaswarsu ba shine matsalar ba amma abinda suka maida kansu, basu kuma gane da haka ba. Duk da haka a bayyane yake ga Ubangiji: "Na san ayyukanka" (3:15). Saboda haka, suna bukatar zuwa wurin Almasihu da tawali'u, da zuciya daya, da kuma gaskiya.

GWAJIN IKILISIYAR DA TA TA'ALLAKA GA BISHARA
Ba da dadewa ba bayan rikicin bangaskiya wanda ya sauya rayuwarsa, ta dalilin rashin mutuncin da ya gani a cikin ikkilisiya, Francis Schaeffer ya rubuta labari mai taken:

> Matsala ta karshe ba nuna wa mutane kuskurensu ba amma dawo da su kan hanyar Almasihu. Saboda haka, dabara ta nasara guda daya tilo ita ce, na farko, samar

---

3 Whittaker Chambers, *Witness* (New York: Random House, 1952), 14.

da bayani a fili game da matsalar koyaswar karya, tare
da samar da hanyoyi na komawa ga koyaswar nassi da
ke daidai da kuma nuni ta wajen rayuwa mai kyau da
kuma nuna yadda muhimman nassosi suke biyan
bukatun mutane ta yadda hanyoyin Shaidan na jabu ba
za su iya ba.[4]

Domin haka gwajin ikkilisiya da ta ta'allaka ga bishara shi ne koy-
aswarta a rubuce da kuma al'adarta a aikace. Idan ikkilisiya ta rasa
al'adarta ta bishara, ko kuma ya kasance babu ita baki daya, a wurin
Almasihu kadai ne za a iya magance wannan. Irin wannan Ikkilisiya
na bukatar sake gano bishararta cikin duka kyaunta. Tana bukatar
sake duba dukan abubuwan da ta gaskata take kuma aikatawa.
Babu riba ga sake sauya ikkilisiya zuwa yanayi irin wanda zai ja
ra'ayin baki.

De farko, wajibi ne ikkilisiyoyinmu su gaskata su kuma karbi
bisharar Almasihu. Wannan yafi muhimmanci fiye da farin ciki na
dan lokaci. *Babbar bukatarmu a zamanin mu shine farfado da ikkilisiyoy-*
inmu, bisa ga bishara kadai, cikin koyaswa da al'adu, daga Almasihu da
kansa. Babu wani abu da ya isa fiye da hasken Almasihu, kodayake
abinda ikkilisiyar da aka sabonta zata iya zama a yanzu, ya wuce
gaban tunaninmu.

MANUFAR WANNAN LITTAFI
Manufar wannan littafi tana da saukin fahinta. Ina son nuna yadda
Almasihu ya sanya hasken shi a cikin ikkilisiyoyinmu ta wurin
bishara. Wannan ya bayyana taken wannan littafi: Bishara: Yadda
ikkilisiya ke nuna hasken Almasihu. Wannan haske yana da iko.
Ikklisiyoyinmu suna marmarinsa. Ni da kai muna marmarinsa.
Kuma za mu iya taimaka wa ikkilisiyoyinmu su gani. A cikin
bishara kadai muka mallaki abubuwan ban mamaki na Allah domin

---

4 Francis A. Schaeffer, "How Heresy Should Be Met," *Reformation Review,* July 1954, 9.

kaiwa ga bayyana Almasihu a tsakaninmu. Yayin da kuke karantawa, ina fata hasken Almasihu ya baibaye ku, wannan shine babban buri na.

Don haka, wannan littafi ne game da bishara. Amma taka-maimai littafi ne game da yadda bishara zata iya sauya rayuwa da kuma al'adun ikkilisiyoyinmu yadda zasu nuna Almasihu kamar yadda yake a zahiri, bisa ga bishararsa.

Duk wata ikkilisiya ta kowace darika a yau da ta gaza a bisharar Almasihu ta wurin koyaswa ko al'ada lallai babu makawa za ta ruguje ƙarƙashin matsanancin kalubale na zamaninmu.

Bishara tana aiki ne da ikon Allah (Romawa 1:16). Duk wani abu daban, ko kuma ya kasa kai ga hakan, ba zashi karbu ba. Bari mu ajiye kananan abubuwa a gefe mu danka su ga Ubangiji cikin addu'a, mu sake gano ikon bishararsa yayin da muke da zarafin yin haka.

GABABI NA 1

BISHARA DOMINKU

Saboda ƙaunar da Allah ya yi wa duniya har ya ba da makaɗaicin 'Dansa, domin duk wanda ya gaskata da shi kada ya hallaka, sai dai ya sami rai madawwami.

Yahaya 3:16

Koyaswa akan bishara na haifar da al'adar bishara. Koyaswa akan alheri na haifar da al'adar alheri.

Yayin da koyaswa akan bishara ta zama a bayyane al'adu kuma suka kasance kyawawa, ikkilisiya zata zama da iko. Amma babu wata hanya mai sauƙi da haka zata kasance. In ba tare da koyaswa ba, al'ada zata zama da rauni. In kumaba tare da al'ada ba, koyaswa za ta zama kamar mara ma'ana.

Francis Schaeffer ya rubuta cewa koyaswa akan bishara tare da al'adar bishara suna da iko:

Babu wanda zai iya bayyana girman tasirin da ikkilisiyar farko ta yi ba tare da ambata cewa sun aikata abubuwa biyu a lokaci guda ba: ingattaciyar koyaswar Littafi Mai Tsarki na asali da kuma ingatacciyar al'ada a tsakanin ikkilisiya wacce take a fili, al'umma wacce duniya kan iya gani. Ta wurin alherin Allah kuma, wajibi ne ikkilisiya ta bayyanu ta wurin tsarkinta na koyaswa da kuma sahihancin al'ummarta a lokaci guda. Yawancin lokuta ikkil-

11

isiyoyi kan zama wurin wa'azi ba tare da maida hankali akan al'umma ba, amma nuna kaunar Allah a aikace yana da kyau wajibi ne kuma wannan ya kasance.[1]

Kalmomin Schaeffe "da yardar Allah" suna da mahimmanci. Muna bukatar karfi wanda ya zarce namu, domin yana da wuya a tsaya ga koyarwa akan bishara. Kirkirar al'adar bishara ma shi ne mafi wuya, yadda zai zama da ban sha'awa har mutane za su yi sha'awar shigowa.

Mun yarda cewa koyaswa gaskiya ta Littafi Mai Tsarki tana da mahimmanci ga ingantacciyar rayuwar Krista, amma kuma mun yarda cewa kyawun dangantakar dan adam ma tana da mahimmanci? Idan ta wurin alherin Allah muka rike guda biyun tare—koyaswa akan bishara da kuma al'adar bishara—mutane daga ko'ina zasu zo ikilisiyoyinmu da farin ciki mai yawa. Lallai zasu yi tunani cewa, "Ga amsar da muke nema a rayuwarmu."

KOYASWA KO AL'ADA?

Kowannenmu zai karkata ga daya daga cikin wadannan—wajen jaddada koyaswa ko kuma al'ada. Wasu daga cikin mu zasu rinjaya wajen gaskiya da ƙa'idodi da ma'anoninsu. Sauran kuma wajen yadda suke ra'ayi a zuciyarsu da kuma dangantaka. Dukan ikkilisiyoyinmu ma na iya jaddada kowane daga cikinsu.

Idan aka kyalemu, zamu iya yin kuskure a wani bangare, amma ba zamu cewa munyi kuskure ba, domin ta wani bangare daidai muke yi. Amma ta wani bangare kadai. Gaskiya ba tare da alheri ba tana da tsauri da muni kuma. Alheri ba tare da gaskiya ba akwai shakka. Almasihu rayayye cike yake da alheri da kuma gaskiya (Yahaya 1:14). Domin haka, ba zamu iya wakiltar shi a cikin halayenmu da asalinmu ba. Duk da haka yayin da muke dogara gare shi a

[1] Francis A. Schaeffer, *The Church Before the Watching World* (Downers Grove, IL: InterVarsity Press, 1971), 62.

kullum, a mutum-mutum ko kuma a tare da juna, zai bamu hikima. Zai daidaita mu, ya sa ikkilisiyoyinmu su zama kamarshi, domin mu daukaka shi a sarari fiye da yadda muka saba yi a baya.

Waɗannan ma'aunai sun taimaka mani wajen ayyana lamarin cikin sauƙi:

Koyaswa akan bishara – al'adar bishara = munafunci

Al'adar bishara - koyaswa akan bishara = rashin karfi

Koyaswa akan bishara + al'adar bishara = iko

Karfin ikon kasancewar Ubangiji rayayye ne kadai zai iya sa wa ikkilisiya ta zama mai raja'a ga bishara.

Shekaru da dama da suka gabata, marubuciya Anne Rice ta rubuta cewa, "Masu bi a Amurka sun rasa mutuncinsu a matsayin mutane wadanda suka san yadda ake kauna."[2] Bazan iya watsi da maganarta ba saboda matsalar da ta bayyana tana da mahimmanci a cikin Littafi Mai Tsarki. A gaskiya ma, abubuwa kadan ne muka fi bukata bayan sake dawo da mutuncinmu a matsayinmu na mutane wadanda suka san yadda ake kauna, saboda Yesu, domin madaukakiyar bishararsa ta bayyana sarai a cikin ikkilisiyoyinmu.

Mutane za su gan shi a cikinmu yayin da muke gina ikkilisiyoyinmu akan ai'ada ta bishara tare da albarkun koyaswa akan bishara, ba tare da neman hanyoyi masu sauki ba.

Watakila Yahaya 3;16 itace ayar data fi kowace shahara a cikin Littafi Mai Tsarki, wacce ta nuna mana koyaswa akan bishara. Wannan aya bishara ce domin ni da kai. Sabontuwar ikkilisiyoyinmu na farawa ne daga kowannenmu, kamar yadda mu kanmu muka sabonta ta wurin bishara. Domin haka, bari muyi tunani akan wannan aya mai ban mamaki daki-daki.

2 "Q & A: Anne Rice on Following Christ without Christianity," christianitytoday.com, posted August 17, 2010.

SABODA KAUNAR DA ALLAH YA YI WA DUNIYA

Bishara albishir ce, wadannan kalmomi masu mahimmanci kuma sune suka zama labari mafi dadi: "Saboda ƙaunar da Allah ya yi wa duniya . . ." (Yahaya 3:16a). Amma duk da haka don wannan ayar ta yi tasiri a kanmu, ya zama wajibi mu fahimci abubuwa biyu: farko, wanene wannan Allahn, na biyu, ta yaya ya kaunaci wannan duniyar.

Na farko, wanene wannan Allahn? Wannan kalma Allah sanan-niyace a garemu balle mu iya boye ta. Amma akwai bukatar yin tunani akan ta. Babu wani daga cikinmu da ya taba yin tunani game da Allah har ya sami yakinin fahimtar ko wanene shi a zahiri. Wanene wannan Allah na bisharar Krista?

Bari mu manta da dukan wani abu a yanzu. Bari muyi tunani game da Allah, domin "Abin da ke zuwa cikin zukatanmu idan muka yi tunani game da Allah shi ne abu mafi muhimmanci game da mu."[3]

Ka koma baya zuwa farko, a ina ka samo ra'ayinka game da Allah? Ta yaya kasan cewa ba kirkirar ra'ayin kayi ba? Bishara tana nuna daukakar Allah, nesa da yadda zamu iya tunani, ko kuma akasin yadda muke tunani. Misali, a farko cikin Littafi Mai Tsarki, Allah yace, "Ni ne Allah Mai Iko Dukka" (Farawa 17:1).

Bisharar Krista bata bukace mu da amince da wani abu ba. Tana farawa da Allah mai iko duka, wanda, cikin ban mamaki, bai ki duniya ba amma ya kaunaci duniya. Haka Allah yake da gaske. Shi ne abinda Littafi Mai Tsarki ya fada. Bari mu gaskata da shi.

Yanzu sai tambaya ta biyu—ta yaya Allah ya kaunaci duniya? Yahaya yace, saboda kaunar da Allah ya yi wa duniya, ba don mun cancanci a kaunacemu ba amma don shi kauna ne (1 Yahaya 4:16).

Yanayin kaunar Allah za ta bayyana a sarari idan muka yi tunani game da yadda Allah ya kaunaci irin wannan duniya tamu. Yayin da muke girma cikin sanin Allah a fili, muna girma cikin sanin kanmu a sarari. Yahaya ya lura cewa"Shari'ar kuwa ita ce, haske ya shigo

---

[3] A. W. Tozer, *The Knowledge of God: Meditation of a Christian Hedonist* (Portland, OR: Mult-nomah Press, 1986), 78.

duniya, amma mutane suka fi ƙaunar duhu da hasken, don ayyukansu miyagu ne. Duk mai yin rashin gaskiya yakan ƙi hasken, ba ya kuma zuwa wajen hasken" (Yahaya 3:19–20). Yana da wuya mu yarda cewa muna son duhu, amma mun sani cewa gaskiya ne. Dukanmu muna yin abubuwa marasa kyau sai muyi kokarin rufewa, saboda muna tsoro kada su tonu. Sai mu rika kokarin mantawa da abinda ya faru da kuma yin watsi da lamirinmu muna kokarin magance damuwar. Cikin irin wannan halin abu ne mawuyaci a garemu mu fuskanci kanmu a cikin gaskiya.

Kalmomin Yahaya game da kaunar duhu suma suna taimaka mana ganin kanmu a wani mataki—a matsayin al'ada. Wani al'amari na wannan zamani shi ne mukan sauya abubuwa marasa kyau zuwa kamannin masu kyau. Mukan sauya lakabi, kamar hakan zai iya sauya gaskiyar al'amarin. Muna gayawa kanmu cewa mun wuce yadda ake ganinmu a zahiri. Wannan ma "kauna" ce ta duhu maimakon haske.

Littafi Mai Tsarki ya kalubalanci yaudarar kai da muka nace wa a duniyarmu ta yau. Ta yaya? Farko, dokar Allah ta fallasa mugayen halayenmu ta wurin nuna mana tsarkin Allah na gaskiya. Bamu cancanta kamar yadda muke tunani ba. Na biyu, Littafi Mai Tsarki ya sauya batun zuwa yadda Allah yake kaunar wadanda ba su cancanta ba. Wato, bishara tana taimaka mana mu daina gujewa Allah, saboda mugayen mutane sune wadanda Allah yake kauna sosai.

Amma wajibi ne mu dogara gareshi mu kuma kasance masu gaskiya. Mun san yadda rashin aminci ke gurgunta dangantakarmu ta 'yan adam. Misali, idan abokinka yayi maka laifi ya kuma nuna kamar babu abinda ya faru. Sakamakon shi ne, abokantakar zata fara yin sanyi bada dadewa ba kuma zaku fara nisantar juna. Zuwa wani dan lokaci, zaka gane cewa ba laifin da ya yi bane ya lalata dangantakar amma musuntar laifin.

Musun Allah da gangan shi ne babban laifi fiye da duk wani laifi da muke aikatawa wanda Allah ya kalubalanta ta wurin kauna mai girma cikin Almasihu. Duniyarmu tana ganin Allah bai can-

15

canci haka ba. Abu ne mai matukar taba zuciya da kuma tsoro a karbi kaunarsa. Amma hakan bai dakatar da shirin Allah ba.

Me zai faru idan da Allah ya dakata? Da ace Allah ya ce: "Tunda haka kuka fi so? Shikenan na kyale ku. Kuna ƙin haske. Kuna son duhu. Duka tsarin rayuwarku zunubi ne. Kuna ƙin aikata adalci. Shikenan. Ba za ku so kanku kuma a lokaci guda ku sami kaunata ba. Wannan dangantakar ta ƙare har abada? Yana da damar da zai fadi haka. Wa ya isa ya zarge shi idan ya fadi haka!

Amma me Allah ya yi maimakon haka?

YA BADA MAKADAICIN ƊANSA

Saboda ƙaunar da Allah ya yi wa duniya "har ya ba da makaɗaicin Ɗansa." Wannan Ɗa Yesu ne, Mai Ceto wanda aka yi alkawarin sa tun a Tsohon Alkawari, Wanda kuma ya cika fata mafi zurfi a cikin zuciyar dan adam. Kalmar tana nufin cewa Yesu na musamman ne. Babu wani kamar sa. Don haka babu mai iya maye gurbin sa. Babu wani Mai Ceto bayan shi. Babu wani bege da duniya take da shi bayan wannan. Babu wanda zai kara zuwa daga sama domin ya cece mu. Ko dai makadaicin Ɗan Allah ko kuma azaba yanzu da kuma la'ana ta har abada.

Ka taba yin la'akari da abubuwa da Yesu ya fada gabagadi game da kansa? Ga kadan daga ciki ga sabobin shiga:

• "Ni da Uba daya muke" (Yahaya 10:30).
• "Ku gaskata da Allah, ku kuma gaskata da ni." (Yahaya 14:1).
• "Domin in ba ku gaskata ni ne shi ba, za ku mutu cikin zunubanku." (Yahaya 8:24).

C.S. Lewis ya taimaka mana mu isa ga batun yadda ya kamata:

Ina kokarin hana mutane fadin abin da ya kasance wauta wanda kuma yawancin lokuta mutane kan furta game

16

da Yesu: "Na shirya domin karbar Yesu a matsayin babban malami na dabi'a, amma ban yarda da ikirarin cewa Shi Allah ba ne." Wannan shi ne abu daya da bai kamata mu fada ba. Mutum wanda yake cikin mutunta-ka ba zai fadi irin wadannan abubuwa da Yesu ya fadi ba yaci gaba da kasancewa babban malamin dabi'a. Saidai idan ya zama mara hankali ... ko kuma ya zama iblis na jahannama. Dole ne kayi zabinka. Kodai wan-nan mutumin 'Dan Allah ne, ko mara hankali ko kuma abinda yafi haka. Zaka iya cewa shi wawa ne, zaka iya tofa masa yawu ka kuma kashe shi a matsayin aljani, ko kuma ka fadi a kafafunsa ka kira shi Ubangiji da Allah. Amma kada mu zo da wani shirme na banza cewa shi babban malami na mutane ne kawai. Bai bamu wannan izinin ba. Bai kuma yi niyyar yin haka ba.[4]

Makadaicin Da, wanda aka bayas daga zuciya mai dumbin kau-na ta Uba, ya zo cikin wannan duniya "ba da gardama ba amma da yardar rai"[5] bamu sanya shi a matsayin sabon addini ba. Ya sauko daga wurin Allah a matsayin sabon Adamu mafi dacewa kuma. Yayi rayuwa wacce ta dace irin wacce bamu iya yi ba ya kuma mutu a matsayin mai laifi amadadinmu. Ta wurin rayuwarsa, mutuwa, da kuma tashinsa daga matattu, Yesu ya biya kowacce bukata ta Allah amadadinmu. Ya mika hadayar sulhu domin laifofinmu. Ya gamsar da fushin Allah a kanmu. Yaci nasara da mutuwa amadadinmu. Yayi dukan wadannan a madadinmu, domin mu da kanmu ba za mu iya ba. Allah ya ba mu Dansa baki daya, ba tare da ja da baya ba ko kadan. Har Allah ya bashe shi akan gicciye. Ya bashe shi zuwa ga halakar jahannama da ta hau kanmu, domin ya bamu albarkun

[4] C. S. Lewis, Mere Christianity (New York: Macmillan, 1958), 40-41.
[5] A. B. Bruce, The Humiliation of Christ (Edinburgh: T. & T. Clark, 1905), 334.

sama na har abada abadin wadanda baza mu iya samu da iyawar kanmu ba(Romawa 8:32).

Wannan itace gagarumar kauna ta Allah, ya bayyana mana komai game da daukakar Uba, ya cika mana dukan bukatunmu, tare da bude mana zuciyar Allah mai girma ga wadanda basu cancanta ba. Amma wannan gagarumar kauna tana da manufa. Makadaicin Dan shi ne kadai hanyarmu zuwa ga Allah, wanda shi kadai Allah ya bayas, wanda shi kadai ne ya karbu ga Allah. *Shi kadai ne.* Babu wani bege a cikin wannan duniya duka inda za a iya cewa:

> Biyayya da kuma mutuwar Ubangiji Yesu ne suka kafa ginshiki da kuma bude hanya ga wannan babban aiki na alheri. Gicciyen Yesu shi ne nuna a sarari irin kiyayyar da Allah yake yiwa zunubi, a lokaci guda kuma itace bayyanuwa mafi girma game da shirinsa na yin gafara. Wannan kofa ce mai albarka, wacce aka bude kuma ba za a taba rufewa ba, zuwa ga wanda ya bijire wa Allah! Wannan daukaka ce, yanci ne, samu ne! Anan, masu zunubi, mugaye, masu laifi, marasa cancanta, matalauta na iya zuwa. Anan ma gajiyayyu zasu iya kawo kayansu, masu nauyin zuciya su kawo bakincikinsu, mai laifi kuma ya kawo zunubinsa. Duka ana maraba dasu anan. Mutuwar Yesu itace ta bude zuciyar Allah. Ya kasance hanyar malalowar tekun rahamar Allah marar iyaka. Anan Allah yana nuna yadda zai kaunaci talaka, da mai zunubi. Mai kuma zai yi fiye da wannan?[6]

Duk wani sauran bege yana da tushe, a bayyane ko kuma a fakaice, a game da cancantarmu. Bisharar Krista ce kadai take da tushe—a fili, gabagadi, da kuma naciya—akan da yadda Allah ya

---

6 Octavius Winslow, *Personal Declension and Revival of Religion in the Soul* (London: Banner of Truth, 1962), 183–84. Emphasis origi- nal. Style updated.

kaunaci marasa cancanta. Idan kana tunani zaka iya samu,ko ka bada umarni a baka, ko kuma yaki a rayuwa bisa ga dabarar ka, amma yanzu kuma sai ka tsinci kanka cikin duhu da kuma danniya, ba 'yanci ba amma matsi; idan kana jimamin irin laifin da zaka iya aikatawa har ya kai ka ga fidda rai, Allah mai kauna yana jira domin ya karbe ka da hannu biyu a yau.

Yayin da muka yi watsi da riya muka karbi kaunar Allah, har kullum zamu ruski abubuwa daidai yadda Allah da kansa ya shirya —wurin makadaicin Dansa. Cikin Almasihu kaidai, mu, masu laifi, zamu sami dukan kauna wacce muke bukata. Wannan shi ne abin da bishara ta ce.

Amma ta yaya zamu isa wurin?

DOMIN DUK WANDA YA GASKATA KADA YA HALLA-KA SAI DAI YA SAMI RAI

Yahaya ya kammala aya 16 da amsar: "domin duk wanda ya gaskata da shi kada ya hallaka, sai dai ya sami rai madawwami." Kalmar *duk wanda* tana da fadi. Kowanne mutum, duka yadda aka wulakanta shi, zai iya shiga. A lokaci guda kuma, kalmar kada ya hallaka sai dai ya sami rai madawwami kunkuntatta ce. Hallaka da rai madawwami su kadai ne zabin da muke da su. kowannenmu zai bi ta daya daga cikin wadannan hanyoyin. Ya danganta ga ko zamu "gaskata," Makadaicin Dan Allah.

Me ake nufi da gaskatawa kenan? Gaskatawa bata nufin."Na yarda da shi, Yana burge ni." wannan ba shi bane imanin dake cikin Yahaya 3:16. Babbar kaunar Allah na haifar da fiye da wannan ta kuma kirkiri abinda ya wuce yarjejeniya.

Nassin Helenanci na Yohanna 3:16 ya ce, "Dukan wanda ya gaskata da shi kada ya halaka." Ainihin yarda ta gaske tana kaimu ga Yesu Almasihu. Ainihin yarda ta gaske tana sa mu ga komai namu a cikinsa.

Yayinda na gaskata da Almasihu, na daina buya da kuma tur-jiya. Na mika kaina baki daya. Ta dalilin amsar albishir wanda Yesu

19

ya kawo, na mika kaina a gareshi a matsayin bege na shi kadai. Ina bukatar gafara da gaske daga dukan zunubaina daga wurin Mai Ceto na ainihi.

Sa'ada ka dubi Yesu ta wannan sabuwar hanya, Littafi Mai Tsarki ya fadi cewa ka guso gareshi har abada. Abin sha'awa! Ba za a taba yashe ka a can ba, domin an bar zunubanmu duka a kan gicciye, nesa daga garemu. Alherinsa, wanda muka karba ta wurin bangaskiya ba ta wurin ayuka ba, ya sake maida mu cikin zuciyarsa.

Gerhard Forde ya taimaka mana yarda da saukin da gaskatawa take dashi ba kamar kokarin samu ba:

> An baratar da mu kyauta, saboda Almasihu, ta wurin bangaskiya, ba tare da sa karfinmu ba, ko cancanta, ko kuma ta wurin ayyuka ba. Ga tambaya mai mahimmanci, "Me zan yi domin in tsira?" Amsar tana da rikitarwa: "Babu komai! Ka tsaya kawai; kayi shiru ka saurari Allah Madaukaki, mahallici kuma mai fansa, yake fada ga duniyarsa da kuma kai kanka a cikin mutuwa da kuma tashin Dansa daga matattu! Saurara ka kuma gaskata!"[7]

Abin da yafi mahimmanci a wurin Allah ba yawan zunuban da muka aikata bane, ko kuma matsayinmu idan aka kwatantamu da sauran masu zunubi. Abinda yafi mahimmanci ga Allah shi ne alakarmu cikin bangaskiya da makadaicin Dansa. Ma'ana , rukunan karshe na Allah domin ku ba alherinku bane ko kuma muguntarku, amma dayantakarku da Almasihu da kuma tazararku da Almasihu. Wato, abinda yafi mahimmanci a wurin Allah game da ku ba abubuwa marasa kyau da kuka yi bane amma amincewarku da Almasihu ba yarda da iyawarka da kuma ayukan kanka ba.

---

[7] Gerhard O. Forde, *Justification by Faith: A Matter of Death and Life* (Philadelphia: Fortress Press, 1982), 22.

Allah ya saukaka komai ga kowa. Ba sai mun gano komai da kanmu ba. Ba sai mun san kowace amsa ba. Allah yana da amsar. Ya tanadi komai cikin Almasihu. Ba mu da dalilin ja da baya. Me ya sa muke tsoro bayan Allah ya ba da ƙauna mai girma ta wurin mutum mafi ban al'ajabi da ya taɓa rayuwa a doron kasa? Me zai hana mu dogara gareshi? Idan ka dogara gareshi, zai jawo ka kusa, zai kuma cigaba da yin hakan har abada. Wannan shi ne alkawarin bishara. Idan baka gaskata da hanyar ka zuwa Yesu Almasihu ba, zaka hallaka.

Kaga wannan kalma hallaka cikin Yahaya 3:16? Ka kara sa ido a kanta. Jahannama wuri ne domin mutanen da ya kamata su amfana da kaunar Allah ne amma suka bijire. Littafi Mai Tsarki yace, "Za su sha hukuncin madawwamiyar hallaka, suna a ware da zatin Ubangiji, da kuma, maɗaukakin ikonsa" (2 Tas.1:9). Wannan itace hallaka.

Amma rai madawwami yana samuwa a yanzu ga masu zunubi da suka cancanci jahannama sai Allah maɗaukaki ya kaunacesu har ya bada makadaicin Dansa. Abinda da kawai yake bida daga garemu shi ne mu amsa wannan albishir ta wurin juyowa tare da karbar Almasihu da budaddun hannayenmu na bangaskiya. Ka dogara gareshi? Kayi watsi da iyawar kanka ka juyo gareshi a matsayin Mai Cetonka? Zaka iya yin haka yanzu? Ya bada ya kuma yi alkawarin rai madawwami, cikinsa, ga dukan wadanda suka gaskata.

Jonathan Edwards ya taimaka mana zama masu yanke shawara domin Almasihu:

> Wanne abu ne wanda zaka bukata game da Mai Ceto wanda baza ka same shi a wurin Almasihu ba?. . . wanne abu ne mai girma kuma mai kyau, wanne abu mai ban sha'awa ko kuma wanda zai iya zama da karfafawa wanda babu shi a wurin Almasihu? Shin zaka daukaka Mai Cetonka ya zama mai girma da daraja, saboda baka son tarayya da kaskantacce? Ashe Almasihu bashi da darajar da ya isa ka dogara gareshi? Ashe ba mutum ne da ya cancanci wannan aiki mai daraja na

21

ceto ba? Menene ya rasa, ko kuma me zaka iya karawa idan aka baka dama, wanda zai maida Almasihu zama mafi cancanta don zama Mai Cetonka?[8]

DAGA KOYASWA ZUWA AL'ADA

Kaunar Allah cikin Almasihu itace koyaswa mafi girma a Yahaya 3:16. Yanzu ga kyakkyawar al'adar ikkilisiya wacce aka samu daga wannan koyaswa: "Ya ku ƙaunatattuna, tun da yake Allah ya ƙaunace mu haka, ai, mu ma ya kamata mu ƙaunaci juna" (1 Yahaya 4:11).

Bitrus ya bayyana wannan kamar haka: "kuyi ƙaunar juna da zuciya ɗaya" (1Bitrus 1:22). Ba a ce muyi kauna matsakaiciya ba amma da zuciya daya; yadda Allah yake kauna.

Akwai kauna mai yawa a cikin wannan duniya, amma yawancinsu matsakaita ne. Amma da yardar Allah, koyaswa akan bishara ta bude mana zuciya domin karbar wani abu daga wata duniya ta daban. Munga yadda girman kaunar Allah yake, don haka muka bar halin ko-in-kula muka hada kai domin tattalin juna da gaske, kamar yadda Allah ya lura da mu. A lokacin ne Ikkilisiya za ta fara kama da al'umma inda Allah na Yahaya 3:16 yake zaune cikin iko. A lokacin ne duniya zata ga kaunarsa a zahiri, da yawa kuma zasu shigo cikinmu cikin Almasihu su rayu har abada.

Koyaswa akan bishara ta haifar da al'adar bishara, wannan abu ne mai mahimmanci.

---

[8] Jonathan Edwards, *Works* (Edinburgh: Banner of Truth, 1979), I:687. Style updated.

GABABI NA 2

BISHARA GA IKKILISIYA

Almasihu ya ƙaunaci ikkilisiya, har ya ba da kansa dominta

Afisawa 5:25

Koyaswa akan alheri ta haifar da al'ada ta alheri inda kyawawan abubuwa ke faruwa ga marasa adalci. Al'adar ikkilisiyar ta alheri na tabbatar da Yesu a matsayin Mai Tsarki wanda yake gafartawa masu zunubi, sarki wanda yake abokantaka da makiyansa, shi Mai tausayi ne mai magance kasawa.

Koyaswa akan bishara da al'adar bishara basu kasancewa tare haka kawai ba. Koyaswar itace ta haifar tare da kiyaye al'adar. Yadda muke zama tare a cikin ikkilisiyoyinmu ya samu ne daga abin da muka gaskata tare. Don haka wajibi ne bishara ta isa ga kowannenmu. Ya zama wajibi ni ta kai mu gaskata bishara da kanmu, abu na farko kenan. Amma bisharar kanta na haifar da wata sabuwar al'umma—al'adar bishara da ake kira ikkilisiya.

Menene ikkilisiya? Ikkilisiya taron masu bi ne a cikin Yesu, suna kwaikwayo daga irin rayuwarsa ta hanya mai tsari wadda zata hanzarta cigabansu dominsa.[1]

Ikilisiya ta wuce tattaruwar jama'a a ranar Lahadi kawai. Zaka iya zuwa wajen wasanni inda zaka sami tattaruwar jama'a. Tawagar

---

[1] A faithful definition of a church, with more detail, is provided in Jonathan Leeman, *Church Membership: How the World Knows Who Represents Jesus* (Wheaton, IL: Crossway, 2012), 52.

kungiyar wasa guda suna zama wuri guda, su sanya launikan kungiyarsu kuma su yi murna yayinda kungiyarsu tayi nasara. Amma idan aka gama wasan, sai su bar filin wasan, su tafi gida, kowa ya cigaba da rayuwarsa ta yau-da-kullum. Za ma ka iya halattar babban biki na tattaruwar masu bi. Zaka iya samun nishadi mai ban sha'awa, amma akwai wani da zai dawwama wurin, da zarar an gama irin wannan shagali kowa ya kama hanyarsa?

Bari muce ka hadu da wani a wurin wannan taro na masu bi. Kuma mutumin ya kwanta maka sosai. Bayan sati biyu sai ka sake haduwa da wannan mutumin wurin cin abinci. Babbar sa'a. Amma wannan ba al'dar bishara bace. A ikilisiya ne kadai muke zama gaɓoɓin Almasihu dana juna, muna tafiya tare kamar jiki guda (1 Kor. 12:12–27). Tare muke shan wahala muke kuma bunkasa. Tare muke ibada muke kuma girma da kuma hidima, bisa ga Maganar Allah. Hakan shine yadda ikkilisiyarku take—wuri mafi dacewa domin irin *al'umma* wacce Almasihu yake kafawa don nuna daukakarsa a cikin duniya a yau. Wannan itace al'adar bishara.

A fili yake cewa, akwai sadaukarwa wurin bautawa al'umma ta zahiri. Muna rasa wasu daga cikin wurarenmu, da lokaci da kuma yanci don yin yadda muka ga dama. Amma Littafi Mai Tsarki ya fadi mana cewa mu bi juna (Afisawa 5:21). Hakan yana bukatar daidaita al'amuranmu da kuma neman hanyoyi da zamu hidimtawa juna a koyaushe.

Don haka, bari in yi maku wata 'yar tambaya: wa kuke yiwa biyayya? Ya kamata kowannenmu ya sami kyakkyawar amsa game da wannan. Littafi Mai Tsarki ya je da nisa har ya ce, "ku girmama wadanda … suke shugabanninku cikin Ubangiji" (1 Tas. 5:12).

24

Nassi a bayyane yake. Dole ne Krista su zaba tsakanin kadaici, wanda yana da sauki, da kuma tarayya, wacce tana da tsada—kuma mafi gamsarwa.[2]

Ga dalilin da yasa kasance tare da ikkilisiya yake da mahimmanci a wurin Allah. Mu rayayyun duwatsu ne a cikin gida mai ruhu wanda yake ginawa a cikin duniya a yau (1 Bitrus 2:4–5). Yana so ya zauna tare da mutanensa, sa'annan mu a matsayinmu na rayayyun duwatsu zamu sami kanmu idan aka gina gida mai ruhu tare da mu.[3] A cikin Littafi Mai Tsarki babu Krista ba tare da ikilisiya ba. Allah zai gina sabuwar al'umma, wacce kuma ta cancanci a kasance a cikinta.

A cikin Yahaya 3:16, munga cewa Allah ya yi ƙaunar duniya baki daya har ya ba da makaɗaicin Dansa. A Afisawa 5:25b–27, munga cewa Almasihu ya kaunaci ikkilisiya, har ya ba da kansa dominta. Wannan shi ne koyaswa akan bishara. Bari muyi tunani akan wannan nassin daki-daki.

ALMASIHU YA KAUNACI IKKILISIYA HAR YA BADA KANSA DOMINTA

Bulus ya yi koyaswa cewa, "Almasihu ya ƙaunaci ikkilisiya, har ya ba da kansa dominta" (Afisawa 5:25b). Ra'ayin Almasihu game da ikkilisiyarsa baki daya kauna ce. Ba a taɓa samun lokacin da ya gaza a ƙaunar mutanensa da dukan zuciyarsa mai girma ba. John Flavel yayi tunanin yadda zance tsakanin Allah Uba da Allah Da ya kasance a baya kafin kasancewar lokaci:

Uba: Dana, ga wasu gungun mutane marasa galihu wadanda suka yi wa kansu lahani yanzu kuma suke maraba da adalcina. Adalci yana bukatar gamsarwa domin su, ko kuma

2 Emily Esfahani Smith, "Relationships Are More Important Than Ambition," *The Atlantic*, April 16, 2013, www.theatlantic.com /health/archive/2013/04/relationships-are-more-important-than -ambition/275025/.

3 C. S. Lewis, "Membership," in *The Weight of Glory* (New York: HarperCollins, 2001), 174–75.

zai gamsar da kansa ta wurin hallakarsu ta har abada. Me za a iya yi domin wadannan rayuka?

Da: Ya Ubana, na bada kaunata da tausayi a garesu maimakon su hallaka har abada, na dauki lamunin lura dasu. Ku kawo duka shaidar bashin da ake bin ku, domin in sanin yawan bashin da ke kanku. Ubangiji, ka kawo su duka, don a sami wani lissafi akansu daga baya. A gareni zaka bukace su. Na gwammace in sha wahalar fushinka da su sha wuya. A kaina, ya Uba, bari dukan bashinsu ya ka-sance a kaina.

Uba: Amma dai Dana, idan ka dauki nauyinsu, wajibi ne ka biya duka. Kada ka sa ran sassauci. Idan na kyale su, ba zan kyale ka ba.

Da: Ina shirye, Uba. Bari ya kasace haka. Ka sa duka farashin a kaina. Zan iya biyan bashin su. ko da yake cewa zan sha wahala, ko da yake duka dukiyata zata kare asusuna kuma zai zama babu komai, duk da haka na yarda zan dau-ki nauyi.[4]

Ba bata shirin Allah muka yi ba; mune shirinsa, madawwamin shirinsa na kaunar wadanda basu cancanta ba, domin nuna dau-dakarsa kadai. Bisa tsarin shirinsa na kauna, sai Almasihu ya bada kansa domin ya mutu akan gicciye domin ikkilisiya. Duka fushin Allah akan zunubin ikkilisiya ya kare ta wurin gicciye Almasihu. Ya bada kansa baki daya domin ya biya duka bashin dake kanmu. Ya wankemu baki daya, duk da yake bai same shi da sauki ba. Saboda

---

[4] John Flavel, *The Whole Works of the Rev. Mr. John Flavel* (London: W. Baynes and Son, 1820), I:61.

haka, sabili da Yesu kadai, yanzu amincewar Allah tana murmushi ga ikkilisiya.

DOMIN TSARKAKE TA DA WANKE TA DA KALMA

Duk da haka, bamu zama kyawawa ba. Almasihu ya gan mu, yana kuma ganin mu, kamar yadda muke a zahiri—marasa tsabta. Me yasa ya bada kansa domin ikkilisiya mara tsabta? Bulus ya cigaba da cewa: "domin ya miƙa ta ga Allah, tsarkakakkiya [wankewa] bayan da ya wanke ta da ruwa ta wurin Kalma" (Afisawa 5:26).

Madawwamiyar kauta ta Almasihu da kuma matuwarsa ta sadaukarwa suna da manufa: domin tsarkake ikkilisiya. Wato, manufarsa itace ya tsarkakemu, don ya kaimu zuwa gareshi. Girman kaunarsa ya wice ya kyale mu mu ci gaba da rayuwa irin ta son kai. Saboda haka, ya maida mu nasa don manufa mai tsarki, don haka yanzu ba zaman kanmu muke yi ba. Ya ciro daga wuri mai zurfi don ya maida mu nasa. Kalmar tsarkakewa ta cika mu da sabuwar martaba. Yanzu kuwa zamu iya tsayawa da karfi. Mun zama na Almasihu Mai Ceto, ba na wani daban ba. Ta yaya zai kasance daban da haka?

A manufar Afisawa 5, wannan kauna ta Almasihu ta na kama da irin kauna ta aure. Sabon aurenmu da shi, tarayyarmu da shi kadai, ba ta wurin kokarinmu muka zabe shi ba amma cikin rahamarsa ya zabe mu.

Lokacin da mutane (maza) ke neman amarya, suna duba wacce take kyakkyawa da kuma tsarki. Amma Almasihu ya zabi marasa tsabta wadanda ke bukatar tsarkakewarsa. Dan Allah ya zo cikin wuri mara tsabta inda dukan mu muke rayuwa, don neman amarya. Mun kawo asalinmu na rashin tsabta cikin dangantakarmu dashi, da matsalolinmu, da kuma abin kunya da muka aikata. Amma yanzu zamu iya fuskantar duk wadanannan abubuwa saboda abin da ya kawo cikin dangantakar: ya wanke duka laifofin mu.

Ta yaya ya wanke amaryarsa? Yayi hakan ne ta wurin "wanke ta da ruwa ta wurin kalma." wasu sun fassara wannan a matsayin baptisma. Zamu iya karkare wannan. Amma da alama Bulus yana tunani ne game da hidimar bishara a cikin ikkilisiyoyinmu.[5] Littafi Mai Tsarki yace, "amma an wanke ku, an tsarkake ku, an kuma kuɓutar da ku, da sunan Ubangiji Yesu Almasihu, da kuma Ruhun Allahnmu" (1 Kor.6:11). To, me kuma Afisawa 5:26 ke cewa? Ubangiji, da ya jawo mu gareshi, ya tabbatar da kaunarsa ta zahiri yayin da kalmar bishara take wanke mu Ladahi zuwa Lahadi. Ta haka yake sobanta mu kuma yake maida ikkilisiyarsa ta zama mai dacewa da shi. Babu wani abu na kaskanci a wurin Almasihu, babu wani abu na damuwa ko kuma wani abu da ke bukatar tacewa. Madawwamiyar kaunarsa ta saukowa a kanmu cikin ikkilisiyoyinmu tare da sabon iko ta wurin kalmomin hidimar biashara (duba Ishaya 55:10–11).

Annabi Ezekiel ma ya ga Allah a matsayin ango ga mutanensa (Ezekiyel 16). Ya ga al'ummar Urushalima mai cike da kuruciya a matsayin jaririya wacce aka jefar, babu wanka, babu kuma kauna. Sai Allah ya zo. Ya ji tausayinta. Ya lura da ita. Ya wanke ta, ya yi mata sutura, ya kuma tada ita. Ta zama kyakkyawa. Ya aure ta ya kuma kawata ta.

"Amma," sai Allah ya ce da mutanensa, "Amma kin dogara ga kyaunki, kika yi karuwanci saboda shahararki. Kin yi ta karuwancinki da kowane mai wucewa" (Ezek. 16:15). Wannan furuci yana da tayar da hankali. Me Ubangiji yake cewa? Yana bayyana gaskiya mai daci amma kuma mai mahimmanci. Duk lokacin da zukatanmu masu zunubi basu sami kauna mai gamsarwa irin ta ango ba, muka kuma sa damuwa, kadaici, ko kuma bukatar wasu hanyoyi na neman gyara ba tare da Allah ba, mun aikata zina ta ruhaniya. Wanene a cikinmu wanda bai taba yin haka ba? Dukanmu karuwai ne a lokuta da dama. Bishara ba labari ne game da kaunar Almasihu ga amarya mai tsarki wacce take kaunarsa ba;

---

[5] David Peterson, *Possessed by God: A New Testament Theology of Sanctification and Holiness* (Grand Rapids: Eerdmans, 1995), 52–53.

labari ne na kaunarsa ga karuwa wacce take tunanin bata da sauran amfani shi yasa ta ci gaba ta bada kanta ga wasu. Don haka, duk wata ikkilisiya da aka kebe ga Almasihu zata cigaba da bukatar tsarkakewa mai girma, wajibi ne wannan tsarkakewa ta sauko daga sama domin ci gaban hidimar Kalma.

Ina bada hakuri don yadda na fadi wannan karara, amma yana cikin Littafi Mai Tsarki. Akwai bukatar mu fuskance wannan. Ta yaya zamuyi begen zama masu gaskiya ga Almasihu idan muka ci gaba da kauda kai ga yadda Littafi Mai Tsarki ya nuna rashin amincinmu a fili? Littafi Mai Tsarki ya fargar da mu cewa halin sharri ne lullube a cikin zukatanmu. Muna cewa kanmu: "Menene sabo a cikin wannan ko kuma wancan al'amarin? Ai ya kamata ya fahimta. Tunda shi mai alheri ne, ko?" Amma wanne mutum ne zai iya cewa: "Menene sabon abu don matata tayi fasikanci? Ai aure ne kawai. Na fahimta. Ni mai alheri ne"? Haka ma angonmu na ruhaniya, ba zai yi tunanin cewa, "tunda ta kawo wani wanda take kauna har kan gadonmu, indai har zasu barni in yi barci, menene sabon abu a ciki?" wannan tunani mai tayar da hankali ne.

Kaunar Yesu mai tsarki ce. Yana bayaswa duka, yana kuma bukata duka, don shi ango ne nagari. Kauna ta musamman ce kadai kauna ta zahiri. Alheri mai tsarkakewa ne kadai alheri na zahiri. Ai ba za mu so alheri wanda ba zai tsarkake mu domin Almasihu ba?

Bari mu sake bada kanmu domin Ubangijinmu, gareshi kadai, kada kuma mu taba daina yin hakan. Kada kuma mu taba fasa gaya wa tsararmu wannan: "ba wai muna cewa Yesu shi ne hanya daya tilo ba, ko kuma muna cewa shi ne hanya mafi dacewa. Amma muna cewa shi ne kadai hanya. Ku zo mu tafi tare cikin kauna ta zahiri dake samuwa cikin duka duniya. Ku fita daga cikin lalacewa ta wannan duniya, inda komai ya kasance na saidawa, komai kuma yana da farashi. Ku shigo cikin madawwamin aure, inda ba za a kara saye ko sayar da ku ba saidai kauna da karamci har abada. Za a iya tsarkake ku daga dukan karuwancinku ta wurin ikon alherinsa. Zaku iya dawo da budurcinku, zaku iya dawo da mutuncinku, wan-

29

da ke samuwa kyauta ta wurin kaunar Almasihu, wanda kuma ake sabontawa akai-akai ta wurin bisharar Almasihu. Kuzo gareshi!"

Manufar farko ta Almasihu don ikkilisiyarsa itace domin kawo mu gareshi da kuma sabontamu. Amma ba shikenan ba.

DOMIN YA MIKA IKKILISIYA CIKIN DAUKAKARTA

Har yanzu Almasihu yana da manufa akan ikkilisiyarsa. Wannan zai kaimu zuwa lokaci mai zuwa marar matuka. Ya mutu domin ikkilisiya ya kuma wanke ta da kalma, Bulus ya ce, "domin shi kansa yă ba kansa Ikkilisiya da ɗaukakakarta, ba tare da tabo ko tamoji ba, ko wani irin abu haka, tă dai zamo tsattsarka marar aibu" (Afisawa 5:27). Kalmaomin da aka jaddada anan su ne shi da kuma kansa. Zai maishe mu kyawawa. Zai gamsar da zaciyarsa mai kauna domin mu.

Littafi Mai Tsarki ya gaya mana cewa Allah mai kishi ne (Fitowa 34:14). Bulus ya shiga cikin wannan kishi na ibada sa'ad da ya rubuta wa ikilisiyar Korinti cewa "Ina kishi a kanku saboda Allah. Gama na bashe ku ga Almasihu, domin in miɓa ku kamar amarya tsattsarka ga makaɗaicin mijinta" (2 Kor. 11:2). Wannan ba abin mamaki bane, don haka, ganin abinda Bulus yake tsammani daga ikkilisiya: "sahihiyar biyayya amintacciya ga Almasihu" (aya 3). Idan ikkilisiyoyinmu sun kasance da wauta har da zasu ce Yesu yana daya daga cikin wasu, idan muka kyale wata sha'awa ta daban ta janye babban farin cikinmu ga Ubangiji Yesu Almasihu, za mu gurbata manufarsa ta kaunarmu, mu kuma gurbata kanmu. Ubangiji zai iya dawo mana da darajarmu, amma ta wajen tubanmu kadai.

Babu wani abu a cikin duk duniyar nan, mafi jan ra'ayi, kamar Almasihu. Duba irin daukakar makomar da yake da ita game da mutanensa. Zai kai mu gareshi cikin daukaka. A ranar wannan aure mai girma, babu bukatar ado ga amarya (W.Yah. 21:2). Zai kalle mu cikin idanunmu yace mana "kaunatattuna, ku cikakku ne," babu kuma wuce gona da iri. Tsarki na zahiri ba marar armashi bane, ko marar asali, ko kuma marar kyau. Wadannan duka alamomi ne na addinin dan adam. Tsarki na zahiri wanda Almasihu ya kirkira kyakkyawa ne. Wannan tsarki wanda yake badawa zai fanshe mu daga kowanne irin abu na kazanta da muka taba aikatawa ga kanmu ko kuma wanda wasu suka aikata mana muke wahala. Zamu zama "ba tare da tabo ko tamoji ba." zamu zama cikakku har abada, don daga karshe zamu kasance tare da shi na shi kuma kadai. Zai yi wannan. Kamar yadda ya yi alkawari.

Kaunar Almasihu itace iko mafi girma a cikin duniya—fiye da dukan zunubanmu. John Owen ya kwatanta kaunarmu mai rauni da kaunarsa mai karfi:

> Mutum yana iya ƙaunar wani kamar kansa, duk da haka ƙaunarsa ba za ta iya taimakonsa ba. Amma kaunar Almasihu, wacce itace kaunar Allah, mai inganci ce da bada 'ya'ya wajen samar da dukkan kyawawan abubuwan da yake muradi ga wadanda yake kauna.Yana kaunar rayuwa, alheri da tsarki a cikinmu; ya kaunacemu cikin alkawari, ya kaunacemu zuwa sama.[6]

Wannan shi ne koyaswa akan bishara ta ikkilisiya. Tana tsarkakemu da kuma sabontamu.

DAGA KOYASWA ZUWA AL'ADA

Game da al'ada ta bisharar ikkilisiya fa? Ta kunshi abubuwa da yawa, kamar ikon yin gaskiya ga kanmu da kuma bege cikin kaunar Almasihu angonmu. Amma fiye da wannan duka, alamar al'ada ta bisharar ikkilisiya itace kyakkyawan tsarki. Ya kacance ajizi a cikin wannan rayuwa, amma a bayyane yake kyakkyawa kuma. Ubangijinmu ya ce mana, "Sai ku zama tsarkaka domin ni mai tsarki ne" (1 Bit. 1:16). Sabuwar al'ada ta tsarki ga Ubangiji na zuwa daga zurfafan wurare—daga zukata wadanda aka sabonta ta wurin kaunar

---

[6] John Owen, The Works of John Owen (Edinburgh: Banner of Truth, 1980), II:63.

Almasihu aka kuma bada su a gareshi kadai. Zamu iya duba rashin tsarkinmu muyi tunanin: "bazan iya wannan ba. Zamu kasa mu kasa mu sake kasawa. Don haka, alkwarin Almasihu shi ne abin da yake da mahimmanci. Zai maida ni mai tsarki kamar yadda yake mai tsarki, domin daukakarsa. Zan gaskata bishara. Zan dogara ga kaunar Almasihu mai girma."

Ga yadda zamu sa dogararmu cikin aiki a zahiri. Littafi Mai Tsarki yace mun zama mallakar Almasihu wanda aka tashe shi daga matattu, domin mu ba da amfani ga Allah (Rom. 7:4). Bamu zama mallakar matacce ko kasasshen Yesu ba amma Yesu rayayye mai iko kuma. A lokacin tuba, me mukan yi? Muna bada kanmu gareshi. Muna bada kanmu cikin hannayensa. Muna sadaukarwa ga kaunarsa. Sa'annan kuma mu fara sauyawa ta wurin ikonsa. Amma kamar yadda yake a kowane aure nagari, zamu bada kanmu gareshi a koda yaushe. Mun bada kanmu a gareshi sau daya, sa'annan kuma mu cigaba da bada kanmu ko yaushe, cikin imani da kuma sadaukarwa, akai-akai.

Cikin lokaci, sai ya bayyana albarkunsa ta wurinmu.[7] Tsarkinsa ya fara bayyanuwa cikin rauninmu da rashin amincinmu ta wurin ikonsa na ban mamaki. Sa'annan ne mutane zasu ga haskensa a cikin duniya—a ikkilisiyoyi wadanda suke cike da tsarki.

[7] See Francis A. Schaeffer, The Finished Work of Christ (Wheaton, IL: Crossway, 1998), 173–77.

GABABI NA 3

BISHARA DOMIN KOWANE ABU

Shi wanda yake zaune bisa kursiyi ya ce, "Kun ga, ina yin kome sabo."

Wahayin Yahaya 21:5

Koyaswa akan bishara na haifar da al'adun bishara da ake kira ikkilisiyoyi, inda kyawawan abubuwa ke faruwa ga mutane marasa cancanta domin daukakar Almasihu kadai. Amma bai kare a cikin ikkilisiyoyinmu ba. Ikkilisiyar da take akan turbar bishara alama ce ta anabci mai nuni fiye da ita kanta ikkilisiyar. Gida ne dake nuna sabuwar makwabtaka wacce Almasihu ke ginawa ta har abada.[1] Mutane zasu iya shiga cikin irin wannan ikkilisiya a yanzu su ga hasken mutane wanda zai kasance har abada. Irin wannan ikkilisiya tana nuna samaniya a zahiri ga mutane wadanda suke a duniya don su yi imani ga Almasihu yanzu, yayin da suke da sauran dama.

Wahayin Yahaya 21 ta nuna mana yadda girman bishara take. Ta kai girman duniya. Fansa kuma ta kai girman halitta. Ta yaya zai zama daban da haka? Labari na Littafi Mai Tsarki ya fara daga nan: "A cikin farko, Allah halicci sama da kasa" (Far. 1:1). Ya kuma kare anan: "Sa'an nan nan na ga sabuwar sama da sabuwar ƙasa" (W. Yah. 21:1).

Lesslie Newbigin ya nuna mahimmancin yadda Littafi Mai Tsarki ya fara da yadda ya kare: Littafi Mai Tsarki na musamman ne

---

[1] Harvie Conn, "Views of the City," *Third Way*, September 1989, 24.

33

a cikin dukan littatafai masu tsarki na duk addinai na duniya saboda ya kasance daidai da tarihin samaniya. Yana da siffa, tsari, asali, da kuma manufa ba wai ta tarihin mutum kadai ba, amma tarihin samaniya."[2]

Muna bukatar irin wannan bege mai girma. Duk da cewa, muna rayuwa a cikin duniya wacce "ta zama banza" (Rom. 8:20). Mu guragu ne a cikin gurguwar duniya, muna kuma jin radadin haka a kullum.

Ta wurin jinkai na Allah ne kadai komai yake tafiya yadda ya kamata. Wasu lokuta muna tunani cewa: "Rayuwata tana cikin tsanani. Ina Allah yake?" Ya kamata mu rika tunani cewa: "Rayuwarmu tana da ma'ana. Na gode maka, Allah." Me yasa bamu kamu da cutar daji, ko cida, da ciwon suga ba? Me saya bamu shirya makirci don mu kashe junanmu? Me saya ma muke kaunar Yesu? Amsai daya ce tak: Allah yana karkashin duka wadannan abubuwa, yana rike da mu baki daya, yana gurgusar damu wurin Almasihu a hankali—"Madawwaman damatsansa suna tallafarka" (M.SH. 33:27. Littafi Mai Tsarki yana cewa a daidai wannan lokaci Ubangiji Yesu "yana a rike da dukan abubuwa ta ikon fadarsa" (Ibr. 1:3). John Calvin yayi sharhi kamar haka: "tallafawa na nufin lura da kuma ajiye duka halitta a wurin daya dace. Ya ga cewa komai zai tarwatse cikin sauri, idan ba a rike su da alherinsa ba."[3]

Begen bishara ya wuce tunaninmu na cewa tana taimaka mana tashi daga barci da safe kawai. Ku duba girman abin da Allah ya yi mana alkawari:

> Ina yin sabuwar duniya da sabon sararin sama. Abubuwa
> na dā za a manta da su dungum. (Ishaya 65:17)

---

2 Lesslie Newbigin, *The Open Secret: An Introduction to the Theology of Mission* (Grand Rapids: Eerdmans, 1995), 30–31.

3 John Calvin, *The Epistle of Paul the Apostle to the Hebrews* (Grand Rapids: Eerdmans, 1980), 9.

Wannan sabontawa ta Allah cikin tsari na halitta, wanda annabawa suka yi anabci, bai wuce mu baki daya ba. Bege wanda aka alkawurta ya shigo cikin wannan duniya shekaru dubu biyu da suka gabata, lokacin da Yesu ya sanar da cewa ya fara cika tsofofin anabce-anabce (Luka 4:16–21). Wannan shi ne dalilin da yasa Yesu ya warkar da mutane. Warkaswarsa ba mai jinkiri bace. Alama ce ta abubuwa masu zuwa.

Tashin Ubangijinmu daga matattu ya bamu haske, ta wurin mutum daya, aka fanshi duka 'yan adam. Yesu wanda aka tashe shi daga matattu shi ne Adamu na biyu, sabuwar rayuwa kuma (1Kor. 15:45). Mu da muke masu bi muna tarayya cikin sabontawarsa a yanzu: "duk wanda yake na Almasihu sabuwar halitta ne" (2 Kor. 5:17). Zama mai bi baya kara wani abu akan yadda kake a baya; yana maida kai sabo ne baki daya. Almasihu wanda yake rayayye yanzu zai zauna cikin zukatanku, ba zai taba barinku ba (Rom. 8:10–11).

Mutane wadanda suka gaskata da wannan bishara mai girma suna nuna wa a fili. Duk da haka muna wahala, kamar wasu. Amma kamar muna "bakin ciki, kullum kuwa farin ciki muke yi" (2 Kor. 6:10). Muna "takama da sa zuciyarmu ga samun daukakar nan ta Allah" (Rom. 5:2). Dukanmu kamar mutum mara makwanci muke wanda yake kwana a karkashin gada yake kuma ci abinci daga juji. Watarana kwasam sai wata kasaitacciyar mota fito ta tsaya gabansa sai wani lauya ya mika masa wata takarda. A cikin takardar an rubuta cewa wani kawunsa wanda ya dade da bacewa ya mutu ya bar masa dukiya. Cikin kwanaki kadan masu zuwa zai karbi takardar kudi. Nan take, sai ya sami kwarin gwiwa duk da cewa yana kwana a gidan kwali. Kwanaki kadan kawai suka rage masa na rayuwa a cikin irin wannan hali. Dukiya mai tarin yawa tana zuwa.

Kamar haka, ikkilisiya mai bishara take takama da sa zuciya. Mu matalautan masu zunubi ne wadanda ke sa zuciya fiye da abin da ke faruwa yanzu muke kuma more rayuwar mai zuwa cikin bangaskiya a yanzu.

Godiya ga Yesu, a yanzu ma muna rayuwa cikin daukaka, mun kuma mallaki alkawari na madawwamiyar daukaka mai zuwa. Ta yaya wannan ya sha ban-ban da irin shakku da muke da shi.

Shakka zunubi ne na zamatakewa. Yana hana koyaswa akan bishara da kuma lalata al'adar bishara. Amma Allah yana samar da al'adar bege, sa zuciya, da kuma fata na alheri a ikkilisiyoyinmu, yadda mutane zasu sami haske game da bege mai zuwa su shigo cikinmu.

Ku abokaina masu bi, *yanzu ba za mu hallaka ba! Sama zamu je har abada!* Saidai sama ba ta kowa da kowa bace. Sama ta mutane ce na zahiri da kuma halitta ta zahiri, yantattu daga dukan mugunta da kuma zullumi aka kuma sabontasu cikin haske marar misaltuwa, domin Ubangiji zai kasance tare da mu.

Wannan bishara mai haske tana da ikon kiyaye mu daga wahal-halun da muke sha a cikin wannan duniya. Wahayin Yahaya 21:1–5 tayi mana karin haske. Alkwarin wannan nassin ba zai gushe ba, komai duhun dare. Bari mu duba ciki.

SA'AN NAN NA GA SABUWAR SAMA DA SABUWAR KASA
Nassin ya fara da cewa, "Sa'an nan na ga sabuwar sama da sabuwar ƙasa, don sama ta farko da ƙasa ta farko sun shuɗe, ba kuma sauran teku" (W. Yah. 21:1).

Wannan aya ba ta fadi mana cewa Allah zai ki halitta ba; tana fadi mana cewa zai fanshe ta. Kalma mafi mahimmanci anan itace sabontawa, wacce ta kasance sau hudu a cikin nassin (aya 1, 2, 5). Kalmar sabontawa ba tana nufin komai na duniya za a sauya shi zuwa sabo baki daya ba, yadda zai zama kamar babu alaka da wannan duniya ta yanzu. Tana nufin wannan duniya, wannan sama da kasa na yanzu, za a sabonta su. Allah zai sabonta halittar da ya yi, mallakarsa, wadanda yake kauna—wannan halitta inda mu da kan-mu muka maida wurin zama.

Gyara abin da ya lalace itace hanyar Allah. Na ji labarin wata uwa a Nahiyar Africa wadda danta ya tambayeta cewa, "Me Allah yake yi duk tsawon rana?" Ta bashi amsa cikin hikima, "gyara abubuwan da suka farfashe."[4] Allah yana daukar abubuwa da suka lalace irin mu ya sauya su yadda ba za a iya maida su kamar da ba. Ba za a kara samun wata "faduwar Adamu" ba da zata maida sabontar da Yesu ya kawo baya ba.

Menene dalilin da yasa aya 1 ta ce "ba kuma sauran teku"? Littafin Wahayin Yahaya yana cike da alamu, yawancin lokuta kuma Tsohon Alkawari ya bayyana alamun. Don haka yana ciki. Annabi Ishaya ya rubuta cewa, "Amma mugaye suna kama da tumbatsar teku, gama ba ta iya natsuwa. Ruwanta kuma yana tumbatsa, ya gurɓace, ya ƙazantu." (Ishaya 57:20). A tarihi, mugaye sun haddasa fitina iri-iri a cikin al'umma, tare da fushi da takaici. Ba za a taba daidaita su ba, ba za su taba zama cikin salama ba. Amma a ranar karshe, ba za mu kara damuwa akan yaki ba, tashin hankali, kisan gilla da kuma hari daga makiya ba. Sa'adda Almasihu ya zo, za mu sami salama ta zahiri a duniya.

SAI NA GA TSATTSARKAN BIRNI YANA SAUKOWA DAGA SAMA

Daga ina wannan sabuwar salama za ta fito? Za ta zo daga sama. Yahaya ya ci gaba da cewa: "Sai na ga tsattsarkan birni kuma, Sabuwar Urushalima, tana saukowa daga Sama daga wurin Allah, shiryayyiya kamar amaryar da ta yi ado saboda mijinta" (W. Yah. 21:2).

Ya kamata mu yi duk wani abu mai kyau da zamu iya yi domin wannan duniya a yanzu. Ba zamu iya gina sama a cikin duniya ba. Allah ne kadai wanda zai iya yin haka, zai kuma yi hakan lokacin zuwan Almasihu na biyu—don daukakarsa kadai.

Me Allah zai sauko dashi domin mu? Cikakkiyar al'umma. Yi tunanin duka 'yan ikkilisiyarku suna rayuwa cikin cikakkiyar kauna, tausayi, adalci da fahimta. Sai me kuma, yi tunanin ma cewa ikkil-

---

[4] Festo Kivengere, *Revolutionary Love* (Fort Washington, PA: Christian Literature Crusade, 1983), 60.

isiyarku ta kunshi mutane daban-daban—wakilai daga kowacce kabila, harshe, da al'umma—suna rayuwa tare ta hanyar da kowa yake lura da abkillar wani fiye da tasa. Ba tare da karya ba. Ba tare da zamba ba. Ba tare da son kai ba. Amma farin ciki tare da juna. Aiki tare. Himmatuwa tare.

Alkawarin bishara ba yana nufin tafiya sama da kasancewa tare Yesu bane kawai; alkwarin shi ne duka jama'ar Allah zasu kasance tare da shi cikin al'umma cike da daukaka har abada. Zamu zama birni, sabuwar Urushalima, wurin zama na Allah na har abada tare da jama'arsa.

Amma me saya ya zama birni? Ta wani gefe saboda bai kamata samaniya ta zama birni ba. Kayinu ya kirkiri birni a matsayin hanya da zai guji Allah (Far. 4:17). Birni wanda mutum ya gina ya wuce tarin gine-gine kawai. Hanya ce ta zama ba tare da dogaro ga Allah ba. Zaka iya zaman kanka a cikin birni. Zaka iya buya a cikin birni. Amma ina ruwan Allah da dabarunmu na guje masa? Ya maida birnin zuwa sama. Abin da Mai Fansa ke yi kenan!

Zai zama birni mai Tsarki. Babu karkara, babu juji, babu tabo, hazo, babu datti ko kazanta, babu zunubi. Zai zama dabam da irin birananmu. Wannan birni mai tsarki zai zama fiye da irin al'ummar mu, zai zama da ban mamaki. Wannan birni mai tsarki zai zama kamar amarya da tayi ado domin angonta. (aya 2). Littafin Wahayin Yahaya yayi magana a baya game da "bikin Dan Rago" (W. Yah. 19:7). Wannan ma zai iya zama da wahalar fahimta. Akwai lokuta a rayuwa da yake da wuya mu amince cewa Almasihu yana kaunar-mu, yana da wahala mu ma mu kaunace shi. Amma ba ko da yaushe yake kasancewa haka ba. Alkawarin bishara shi ne ikkilisiy-oyinmu za su "yi ado domin angonsu." Kaunarsa zata warkas da mu daga kunya ta kuma fidda mu daga rashin gaskatawa da rauni. Za mu kaunace shi da kauna mai zurfi, kamar yadda ya kaunacemu da mafificiyar kauna da dukan zuciyarsa mai girma.

Wannan rana mai ban mamaki ba za ta kare ba. Babu sauran saba alkawarin hutun cin amarci. Har abada abadin tunaninmu zai zama kauna tsakaninmu da Mai Cetonmu. Babu wani abu daban da zamu gani bayan wannan, babu wani abu kasa da wannan.

MAZAUNIN ALLAH NA TARE DA MUTANE

Alkawura masu girma na ci gaba da bayyana:

> Na kuma ji wata murya mai ƙara daga kursiyin, tana cewa,"Kun ga, mazaunin Allah na tare da mutane. Zai zauna tare da su, za su zama jama'arsa, Allah kuma shi kansa zai kasance tare da su, zai share musu dukkan hawaye. Ba kuma sauran mutuwa, ko baƙin ciki, ko kuka, ko azaba, don abubuwan dā sun wuce." (W.Yah. 21:3–4).

Zai iya yiwuwa akwai radadi sosai a cikin rayuwarmu yanzu—nadama da yawa, hawaye mai yawa wanda babu wanda ke gani. Cikin wahalar rayuwa na wannan zamani, wasu lokuta sai mu rika tunanin cewa: zan kara yin farin ciki kuwa? Zan iya komawa rayuwa ta irin ta da? Ko makomata nan gaba wata abu da ta cancanci daidaitawa kuwa?"

Amma idan wadannan ayoyi masu ban mamaki suka kasance gaskiya fa? Idan makomarmu cikin Almasihu suke bayyana fa?

Sashi mafi kyawu shi ne wannan: "Allah kuma shi kansa zai kasance tare da su." Akwai rana tana zuwa inda zamu gane ka-sancewar Allah tare da mu, kasancewarsa kuma ba zata zama mai tayar da hankali ba amma mai tausasa zuciya. Zamu kasance a ga-bansa ba don mun fi karfin zunubanmu da gyara kanmu ba, amma saboda Almasihu ya dauke mana duka zunubai da bakin cikinmu ya dora a kanshi, ya bamu tausayinsa marar matuka. Zai bude mana farin ciki mara karewa wanda yake boye cikin wurare masu tsarki na Allah. Wannan shi ne alkwari mai girma na bishara. Ana kuma bada shi ga dukan wanda ya gaskata ta wurin cancantar Almasihu kadai. In ba haka ba, dole muyi mamaki, "Ta yaya mutum kamar ni

39

zai sami Allah?" domin cancantar Almasihu, aihinin tambayar anan itace, "Ta yaya mutum kamar ni zaI ki Allah?"

Abokaina, kada ku ki Allah. Akwai abin da yake hana ka karbar Allah a matsayin madawwamin farin cikinka?

A zamanin Tsohon Alkawari, Allah ya kasance tare da jama'arsa cikin alfarwa bayan nan kuma cikin haikali (Fitowa 25:8). Allah ya ce wa Sulemanu idan ya yi biyayya dashi, zai zauna tare da mutanensa (1 Sar. 6:11–13). Amma Sulemanu da zuriyar da suka gajeshi suka yi rashin biyayya, sai daudaka ta bar su (Ezekiyel 9–11). Duk da haka kafin ta kyale su, bangon haikali ya raba kasancewar Allah daga jama'arsa.

A babbar rana marar matuka wacce aka alkawurta a cikin Wahayin Yahaya 21, ba za a samu bango ba, babu abin da zai raba tsakani, babu tazara, babu rashin kasancewa. Maimakon haka, saidai a sami kusanci da Allah kai tsaye har abada. A gabansa, babu ciwo, babu shan wuya. Zai share duk wani hawaye daga idanunmu. Za a warware duk wani matsanacin bacin rai na wannan rayuwa. Zamu zama cikin koshin lafiya cikakku kuma, babu sauran kuka.

Wannan shi ne bege mai tsada wanda aka bamu a cikin Littafi Mai Tsarki: Allah kansa zai kasance tare da su a matsayin Allahnsu."

Wannan shi ne daya daga cikin dalilai da ya kamata mu kyamaci bashara ta samun kayan duniya tare da alkwarinta na tara dukiya fiye da Yesu! Wannan bishara ta karya ta maida Allah mara fifiko, mataki mafi amfani wurin samun aiki mai kyau da kuma babban gida. Irin wannan bishara ta neman kayan duniya tana nesantamu da Allah, tana kauda zuciyarmu daga farin ciki daya tilo wanda aka hallice mu dominsa—Allah kansa.

Wannan shi ne alkwarin bishara ta gaskiya, kamar yadda Jonathan Edwards ya bayyana:

> Can a sama, wannan mabubbugar kauna mara iyaka—
> madawwamin Uku cikin Daya—yana bude ba tare da

wani cikas da zai hana samun shi ba….A can Allah madaukaki zai bayyana ya haskaka cikin dukan daukaka, cikin kauna. A can kuma wannan mabubbugar mai daraja zata ci gaba da zubowa cikin magudanan ruwa, eh, cikin rafukan kauna da murna, wadannan rafuka kuma zasu tumbatsa, kamar yadda suke a da, zuwa tekun kauna, a cikin sa ne rayukan da aka fansa zasu yi wanka da farin ciki mafi kyawu, zukatansu kuma zasu kasance kamar yadda suke a da, mamaye da kauna![5]

YANA YIN KOME SABO

Yahaya ya kammala sashin tare da yanke wannan hukuncin: "Sai na zaune a kan kursiyin ya ce, "Kun ga, ina yin kome sabo." (W. Yah. 21:5).

Wannan shi ne gaskiyar girman bishara ta Littafi Mai Tsarki: Babu abinda zai kasance tsoho, lalatacce, rarrauna, ko kuma gajiyayye a cikin mulkin Almasihu mai haskakawa. Ba za mu gamu da wani abu da yake da bakin ciki tattare da shi ba, zai bunkasa, ya zama mai tsarki, ya kuma habbaka farin cikinmu har abada, tunda duka wadannan za su zo ne daga wurin Allah.

Ta yaya duka wannan zai faru? Ta wurin Wanda yake zaune akan kursiyi, wanda zai yi kome sabo. Wanda zai kawo karshen yaki? Wanda zai ci nasara da Shaidan? Wanda zai kawo adalci ga al'umma? Wanda zai gyara lalacewa da duka tarkace na zunubanmu? Zai yi—Sarkinmu, wanda yake mulki a yanzu daga kursiyinsa na alheri, bari daukaka ta tabbata agreshi har abada!

Wannan itace koyaswa akan bishara.

DAGA KOYASWA ZUWA AL'ADA

Ta yaya wannan koyaswa akan bishara ke jagoranci zuwa al'adar bishara? Tana haifar da ikkilisya mai haske, mai juriya, da bege. Tana haifar da ikkilisiyoyi da suke fuskantar rayuwa a yadda take su

---

[5] Jonathan Edwards, *Charity and Its Fruits* (London: Banner of Truth, 1969), 327–28.

kuma ci nasara.Babu wani abu karami game da ikkilisiya yayin da ta gaskata wannan bishara mai girma da daraja. Babu wani abu kuma wanda wannan duniya za ta yi wa ikkilisiyoyinmu wanda Mai Cetonmu ba zai iya karkatawa don ya dagamu zuwa kusa da madawwamin gida ba. Bulus, wanda ya san wahalar wannan duniya kamar kowa, ya lura da wannan: "Saboda haka ba mu karai ba, ko da yake jikinmu na mutuntaka yana ta lalacewa, duk da haka, ruhunmu a kowace rana sabunta shi ake yi. Don wannan 'yar wahalar tamu, mai saurin wucewa ita take tanadar mana madawwamiyar daukaka mai yawa, fiye da kwatanci" (2 Kor. 4:16–17)

Ga dukan wani abu da zai iya raba mu da Allah, wannan tabbacin ya gina murna a cikinmu. Hakan zai yiwu ta hanya biyu.

Na farko, bege na bishara yana sa mu zama masu farin cikin ga kowanne bakin cikin da muka sha a cikin wannan lalatattar duniya. Augustine ya koya mana cewa: kuna mamaki yadda duniya ke rasa turakunta, wato duniya ta na tsufa? Yi tunani akan mutum wanda ya tsufa: an haife shi, yayi girma, ya tsufa. Tsufa na zuwa da korafe-korafe da yawa: tari, rawar jiki, rashin gani, damuwa, matsinanciyar gajiya. Yayin da mutum ya tsufa: ya zama cike da korafe-korafe. Duniya ta tsufa: ta cika da matsi mai tsanani…Kada ka dogara ga tsohon mutum, wato duniya; kada ka kasa dawo da kuruciyarka cikin Almasihu, wanda ya ce maka, "Duniya tana shudewa, duniya tana rasa turakunta, duniya tana rasa lumfashinta. Kada ku ji tsoro. Za a sabonta kuriciyarku kamar mikiya."[6]

Na biyu, begen bishara da nasarar Mai Cetonmu na maida mu masu farin ciki har ma ga zunubanmu da kasawarmu. Martin Luther ya koya mana cewa:

Sa'adda Shaidan ya jefo mana zunubanmu ya kuma furta cewa mun cancanci mutuwa da jahannama, sai mu

---

6 Augustine, cited in Peter Brown, *Augustine of Hippo* (Berkley: University of California Press, 1967), 297–98.

42

rika cewa: "Na yarda cewa na cancanci mutuwa da ja-hannama. Me kuma ya rage? Wannan yana nufin cewa za a yanke mani hukuncin hallaka ta har abada? Ko kadan. Gama nasan Wanda ya sha wuya ya kuma yi gamsarwa sabo da ni. Sunansa Yesu Almasihu, Dan Allah. Inda yake, can nima zan kasance."[7]

[7] Martin Luther, cited in Theodore G. Tappert, ed., *Luther: Letters of Spiritual Counsel* (Philadelphia: Westminster Press, 1955), 86–87.

GABABI NA 4

WANI ABU SABO

Ina sa zuciya in zo a wurinka ba da daɗewa ba, amma ina rubuto maka waɗannan abubuwa, don in ya zamana na yi jinkiri, za ka san irin zaman da ya kamata a yi a jama'ar Allah, wadda take ita ce Ikkilisiyar Allah Rayayye, jigon gaskiya da kuma ginshiƙinta

1 Tim. 3:14-15

Mun yi nazarin sakon bishara a mataki uku—albishir don kanmu, don ikkilisiya, don kuma halitta. Yanzu bari mu ci gaba zuwa tasirinta ga ikkilisiyoyinmu, musamman, wanne abu ne bishara ta haifar wanda babu shi a baya?

Ta wurin ikon Allah, bishara ta haifar wani abu sabo cikin duniya yau. Ba sabuwar al'umma kadai ta kirkira ba, amma wata irin sabuwar al'umma. Ikkilisiyoyi da suka ra'aja ga bishara sune sheda cewa wannan albisir gaskiya ne, cewa Yesu ba a rubutu kawai yake ba amma a zahiri, yayin da ya dawo mana da rayuwarmu. Cikin koyaswa da kuma al'adarta, kalmomi da ayuka, irin wannan ikkilisiya ta bayyana irin rayuwa wacce aka mayarwa da mutum da Almasihu kadai ke iya bayarwa.

Francis Schaeffer cikin labarinsa mai girma ya bada shawarar abubuwa hudu wadanda ya kamata su zama alamun ikkilisiya wacce ta ra'aja ga bishara: koyaswa mai inganci, amsoshi na gaskiya ga tambayoyi na gaskiya, ruhaniya ta gaskiya, da kuma kyakkyawar dangantaka tsakanin mutane. Duk da haka na karshe cikin wadannan abubuwa hudu, kyakkyawar dangantaka tsakanin mutane shi ne abu na farko da baki za su iya lura yayin da suka shiga ikkilisiya. Haske na zahiri yana sa mutane su tsaya su duba. Amma "idan bamu nuna haske a cikin alakarmu da juna ba, lallai a idon duniya da kuma idon 'ya'yan mu, muna rushe gaskiyar abin da muke shela."[1]

Wani sabanin ra'ayi game da bishara shi ne kamar haka: "ku duba ikkilisiyoyinku." babu sauran bukatar cewa komai. Mutum mai gardama zai iya samun dalilin yin watsi da gaskiyar abin da bishara ta kawo kawai ta wajen la'akari da ikkilisiyoyinmu. Me zai hana? A cikin ikkilisiyoyinmu ake gwajin bishara don gano yadda take a zahiri. Idan mutane su na son sanin abin da bishara ke haifar wa, rashin kyautawa ne idan suka duba ikkilisiya? Ba na zaton haka. Ya kamata ikkilisiya ta zama wurin nuna bishara a fili. Don haka, yadda "halinmu yake a cikin gidan Allah" yana da mahimmanci ga dukan wadanda ke kewaye da mu.

Wannan shi ne manufar Bulus a cikin 1 Timoti 3:14–16. Bulus yayi kudurin ziyartar Timoti, amma babu tabbaci cikin shirin tafiyarsa, sai ya aika sakonsa cikin rubutu. Ya fadi abubuwa masu girma da dama a cikin wasikar—ma'anar bishara, ma'anar shugaba, ma'anar kudi, da sa5uransu. Amma a tsakiya Bulus ya lura cewa ya rubuta wasikar "don [Timoti] ya san irin zaman da ya kamata a yi a cikin gidan Allah, wadda take ita ce Ikkilisiyar Allah Rayayye, jigon gaskiya da kuma ginshiƙinta" (1 Tim. 3:15).

GAMUWAR WATA AL'ADAR DA WATA
Ga basirar da ke cikin wadannan ayoyi. Amsar wata al'adar tana cikin wata—ba ra'ayi kadai ba, amma al'adu masu adawa da juna. Ya kamata ikkilisiya ta samar da irin wadannan al'adu a cikin bishara.

---

[1] Francis Schaeffer, *2 Contents, 2 Realities* (Downers Grove, IL: InterVarsity Press, 1975), 25, also 1–32.

Al'adun da muke rayuwa a ciki na cike da bishara ta karya da yawa. Daya daga cikin irin wadannan karerayi masu hallakarwa da suka samar da al'ada a yau shi ne bishara ta karya wacce ta koya:

1. Akwai wani Allah daban wanda ke lura rayuwar mutane a cikin duniya.
2. Allah na son mutane su zama nagari, da nagarta, da kuma kirki ga juna.
3. Manufar rayuwa mafi mahimmanci itace farin ciki da kuma jin dadi
4. Babu bukatar Allah ya kasance cikin rayuwar mutum, sai dai idan akwai bukatar warware wata matsala.
5. Mutane na gari zasu je sama idan suka mutu.

Wacce irin al'ada ce irin wannan addini na karya ke haifarwa? Irin wacce kowa yake yin abin da zai sa shi nishadi. Mawuyaci ne a bukaci tuba ko kuma nuna ikon Allah—babu bege. Saidai hukunci mai zuwa. Amma irin wannan addini na karya ya warwartsu ko ina. Don haka, Allah yana kiran ikkilisiyoyinmu da su kyamaci irin wannan bishara ta karya.

Babu wani abu mai kama da ikkilisiya a duniya ta yau—wata sabuwar al'umma wacce Allah ya samar da ke nuna bishara a fili da kuma gamsarwa cikin duniyar da ta gaskata da bishara kadai.

Yesu ya ce, "Wuta ce na zo in zuba wa duniya" (Luke 12:49). Elton Trueblood, ya bayyana yadda wannan ya kasance a ikkilisiya ta farko:

> Halin wuta-wuta cikin zumuntar masu bi na farko ne abu mai ban sha'awa ga Romawa na wancan zamanin, wannan kuma ya kasance da ban sha'awa da gaske don babu wani abu a saninsu wanda yayi kama da hakan. Suna da addinai da dama, amma babu wani abu kamar wannan…. Yawancin irin wannan bambanci na addinin

Krista ya kunshi gaskiyar cewa mutane kan zama da iko sosai yayin da suka kasance 'yan'uwan juna. Kamar yadda kowa ya sani, abu ne mai kamar wuya a iya hura wuta da itace daya, ko ma a ce mai kyau ne, yayin da itatuwa marasa kyau zasu iya samar da wuya mai inganci idan suna tattare wuri guda idan aka hura wuta da su. Al'ajibin ikilisiyar farko shi ne na irin wadannan itatuwa marasa kyau da suka samar da wuta mai inganci.[2]

Idan akayi maganar shidar ikkilisya, dalilai masu ma'ana kan bada gudummawa wajen ci gaban bishara. Allah cikin alherinsa yana so ya gamsar da tambayoyin zukatanmu. Don haka bari mu ingantu wurin bayyana dalilai na bishara ga abokanmu masu shakku. Amma kyawun dangantakar mutane cikin ikkilisiya ita kanta hujja ce game da bishara. Idan aka sami shakku akan bishara, kyakkyawar ikkilisiya mai hadin kai kanta wata hujja ce da ba za a iya gamsarwa ba a cikin duniyarmu mai cike da fushi da rarrabuwar kai.

Ikkilisiyoyi ba su maida bishara gaskiya. Gaskiya ce har ma a inda iyalin Allah suka kasance da dabi'a marar kyau. Amma mutane za su ga cewa gaskiya ce, ana sauya masu shakku idan "albarkarkun Ubangiji" suka kasance tare da mu (Zab. 90:17)

Don haka, sanin yadda ikkilisiyoyinmu suke da dabaru ta wajen "yin kāriyar bishara da tabbatar da ita" (Fili. 1:7), bari muyi tunani akan 1 Timoti 3:14–16.

IYALIN ALLAH

Damuwar Bulus a cikin wannan wasika, kamar yadda muka gani, itace "ka san irin zaman da ya kamata a yi a jama'ar Allah" (1 Tim. 3:15).

---

[2] Elton Trueblood, *The Incendiary Fellowship* (New York: Harper & Row, 1967), 107–8.

Kalmar jama'a na nufin iyali. Shi ne abin da ikkilisiya ke nufi, don Allah Ubanmu ne (Afi. 2:18– 19). Ya karbe mu a matsayin 'ya'yansa ta wurin Almasihu (Rom. 8:15). Baratarwa ta wanke mu daga laifukanmu a gaban Alkalinmu, amma dauko mu da ya yi ya maida mu kusa da zuciyar Ubanmu. Zaka iya tunanin banbancin dake tsakanin lura da 'ya'yan ka da kuma lura da 'ya'yan wani. Kana kula da yaran wani da gaske, amma kular da kake yi wa yaranka daban ce. Idan yaronka ya yi maka amai a jiki, ba zai zama da kyama ba kamar yadda zai zama idan yaron wani ne, ko ba haka ba? Wannan itace irin kaunar da Allah yake yi mana—a matsayin 'ya'yansa, cikin dukan kazantarmu.

Amma wane irin zama muke yi a cikin iyalin Allah Ubanmu?

Watakila yayin da kake girma, kawai hargitsi sosai a gidanku. Watakila 'ya'ya da iyayensu na magana cikin rashin da'a sun kuma kasance da hali mara kyau. Wasu iyalan kamar haka suke. Wasu ikkilisiyoyin ma haka suke.

Amma iyalin Allah ba zai kasance haka ba. Irin wannan dabi'a tana musanta Ubanmu. Ya na so muyi rayuwa irin wacce zata bayyana zuciyarsa da kuma da kuma yadda yake. Wannan na nufin lallai kada mu shigo da iyalai na duniyarmu masu alamu na gazawa a baya cikin iylanmu na ikkilisya. Muna koyar yadda zamu yi zama a iyalin Allah ba ta wurin duba iyalnmu na baya ba amma ta wurin duba Ubanmu: "Saboda haka sai ku zama masu koyi da Allah, in ku ƙaunatattun 'ya'yansa ne" (Afi. 5:1). Wannan itace irin sabuwar al'umma irin wacce wannan duniya ba za ta iya haifarwa ba.

Muna ganin Uba a zahiri a cikin Dan. Akawai kama makusanciya shi ya sa ma Yesu ya ce, "Duk wanda ya gan ni, ai, ya ga Uban (Yahaya 14:9). Ta yaya wannan duniya mai lalacewa za ta ga kyawu mara misaltuwa na Uba da kuma Dan a cikin ikkilisiyoyinmu? Wasu daga cikin nassosi na Littafi Mai Tsarki sun bayyana wannan fiye da albarkun Yesu masu girma:

Albarka tā tabbata ga waɗanda suka san talaucinsu na ruhu, domin Mulkin Sama nasu ne. Albarka tā tabbata ga masu nadāma,

49

domin za a sanyaya musu rai. Albarka tā tabbata ga masu tawali'u, domin za su gāji duniya. Albarka tā tabbata ga masu kwaɗaita ga adalci, domin za a biya musu muradi. Albarka tā tabbata ga majiya tausayi, domin su ma za a ji tausayinsu. Albarka tā tabbata ga masu tsarkakakkiyar zuciya, domin za su ga Allah. Albarka tā tabbata ga masu ƙulla zumunci, domin za a ce da su 'ya'yan Allah. Albarka tā tabbata ga masu shan tsanani saboda aikata adalci, domin Mulkin Sama nasu ne. (Mat. 5:3–10).

Manufar duka wadannan manyan Albarku shi ne don a fadi mana yadda ya kamata muyi zama a cikin iyalin Allah. Suna bayyana mana sabon mulkin Yesu. Abu ne mai taba zuciya ganin yadda Yesu fara wa'azinsa na farko da jaddada al'adar bishara.

Idan muka juya wadannan albarku zuwa akasin yadda suke, cikin zamu fahimci yadda shiga mulkin Almasihu zai kasance:

Albarka ta tabbata ga masu cancanta, domin zasu yi yadda ransu ke so.
Albarka ta tabbata ga ragaye, domin zasu yi walwala.
Albarka ta tabbata ga masu naci, domin zasu yi nasara.
Albarka ta tabbata ga masu adalci, domin basu da bukatar komai.
Albarka ta tabbata ga masu daukar fansa, domin za a ji tsaronsu.
Albarka ta tabbata ga wadanda ba a kama su, domin suna da kyawun gani.
Albarka ta tabbata ga masu jayayya, domin dole a yadda da abin da suka fadi.
Albarka ta tabbata ga masu cin nasara, domin zasu yi yadda ransu ke so.

Shin ko wadannan "Albarku" basu kwatanta wannan duniyar ba? Amma wanne ne daga cikin wadannan al'adu biyu, mulkin Almasihu ko kuma mulkin wannan duniya, yake bayyana ikkilisiyarka daidai?

Wajibi ne iyalin Allah ya samar da kyakkyawan zabi a bayyane ga hauka na irin wannan duniya. Cikin ikkilisiyoyinmu, Allah ya kira mu ga abu mafi dacewa fiye da abin da yawancin muka taba gani.

Iyalin Allah wurin ne inda mutane ke rayuwa cikin sauyi. Nayi tunanin wannan cikin ma'auni mai sauki: bishara + kariya+ lokaci. Iyalin Allah wuri ne inda ya kamata jama'a su sami bishara da yawa, kariya da yawa, da kuma lokaci mai yawa. Wato, jama'a a cikin ikkil-isiyoyinmu na bukatar:

- bayyana su sau da sau ga labarin farin ciki na bishara daga wani bango na Littafi Mai Tsarki zuwa wani;
- Kariyar tausayi na rashin zargi don su iya fadin hakinanin mat-salolinsu; da kuma
- Lokaci mai yawa domin sake tunani game da rayuwarsu a mataki mai zurfi, don mutane na da sarkakiya da kuma wahalar sauyawa

Cikin ikkilisiya irin wannan, babu wanda yake cikin takura ko kuma wanda ba za a kunyata shi ba. Kowa na da damar yin magana daga zuciya, muna kuma girma tare yayin da muke zuba ido ga Yesu. Yin zama mai kyau cikin iyalin Allah shi ne misali na bishara + kariya + lokaci domin kowa. Wannan shi ne abin da ke tantance ikkilisiya a matsayin wata sabuwar al'umma.

John Calvin ya zana mana hoton yadda yafiyar Allah zata ci gaba da wanke mu a cikin ikkilisiyoyinmu don kiyayewa da kuma kare mu:

> Ba kawai Ubangiji, ta wurin yafe zunubai, yana karba da kuma tallafarmu baki daya cikin ikkilisiya ba ne, amma ta wurin irin wannan hanya yake kiyaye mu yake kuma kare mu a can. Me zai zama riba ga samar da yafiya a garemu wacce ba za ta zama ta amfani ba?... Don haka, kamar yadda muke da tabo na zunubi ko'ina cikin rayuwa, saidai in alherin Ubangiji ya ci gaba da tallafar mu da alherinsa na yafe zunubai, zai zama da wuya mu iya tsira zuwa wani lokaci cikin ikkilisiya. Amma Ubangiji ya kira mu 'ya'yansa zuwa madawwamin ceto. Don haka, ya kamata su sani cewa akwai garafa shirye a kullum domin zunubansu. Bayan haka, ya zama wajibi mu gaskata kwarai cewa cikin yalwar Allah, ta wurin cancantar Al-

51

masihu, da tsarkakewar Ruhu, an gafarta zunubai a kul-
lum kuma ana gafarta mana wato wadanda aka karbe mu
aka kuma dasa mu cikin jikin ikkilisiya.[3]

Wannan shi ne yadda masu zunubi ke kallon ikkilisiyarku—a
matsayin wuri mai kariya inda Ubangiji ke "kiyayewa da kuma kare
mu"? Ko kuma suna kallon ikkilisiyarku a matsayin wuri na kunya da
damuwa?

Horon ikkilisiya daidai ne bisa ga Littafi Mai Tsarki, hakika. Ya
kamata ya kasance yayin da rashin da'ar wani a cikin iyalin Allah ta
lalata sunan Uba ta kuma illata kariyar sauran mambobin iyalin.
Zunubi "wanda ba a gafartawa wa", wanda ke bukatar horon ikkil-
isiya a hukumance, shi ne wanda ke murkushe al'adar bishara kan-
ta—misali, gulma.[4] A matsayina na fasto kwanannan abokina ya am-
bata cewa: "yayin da mai zunubi ya zama mai neman tuba, ya kamata
dattawa su raba wannan mai zunubi da ikkilisiya. Yayin da mai
zunubi ya zama da turjiya, ya kamata dattawa su kare ikkilisiya daga
wannan mai zunubi."

Manufar ba ta maida ikkilisiya wurin zunubi ba ce; amma domin
maida ita wuri na furta zunubi da kuma tuba. Yayin da bisharar al-
herin Ubangiji ta bayyana koyaswa da kuma al'adar ikkilisiya, mam-
bobin ta zasu furta zunubansu su kuma yi watsi da shi. Har ma masu
"tsananin zunubi zasu sami gafara da kuma yanci.

IKKILISIYAR ALLAH RAYAYYE
Bulus yace, taron tsarkaka ba iyalin Allah ne kadai ba, amma "Ikkil-
isiyar Allah Rayayye" (1 Tim. 3:15). Kalmar *ikkilisiya* na nufin taro

---

[3] John Calvin, *Institutes of the Christian Religion*, ed. John T. McNeill, trans. Ford Lewis Battles,
Library of Christian Classics, vols. 20–21 (Louisville: Westminster John Knox, 1960), 4.1.21.
[4] A full and helpful discussion is available in Jonathan Leeman, *Church Discipline: How the
Church Protects the Name of Jesus* (Wheaton, IL: Crossway, 2012).

na jama'a.[5] Ba gungun mutane ko kuma sassa na jinci kadai ba. Taron jama'a ne na zahiri.

Ta zai zama daban da wannan? Mu da muka gaskata da Yesu an sauya mu daga yadda muke a baya. Yanzu kuma muna bunkasa duk lokacin da muka tattaru a cikin sunansa. Yesu ya ce, "Ku zo, duk an shirya kome" (Luka 14:17). Ruhu Mai Tsarki ya sauko a ranar Fentikos lokacin da "duk suna tare a wuri ɗaya" (Ayyukan Manzanni 2:1). Karfin ikonsa ya bunkasa ikkilisiya ta wurin yawan jama'a da kuma yawan al'umma (Ayyukan Manzanni 2:41–47). Ikkilisiyar Urushalima cikin Ayyukan Manzanni na kaunar tattaruwa.

Taruwar mutanen Allah wuri guda karfi ne mai girma don kawo sauyi ta wurin bishara. A matsayin ikkilisiyar "Allah rayayye," an sauya mu sauyi na ban al'ajibi. A baya, Allah ya kasance kamar wata laya ce da zumu iya amfani da ita wajen samun duk abin da muke so. Ba mu bukatarsa, muna bukatar abin da zai bamu ne kawai. Muna so a gafarta mana mu je sama, lallai. Muna kuma bukata ya kiyaye mu daga cututtuka ko jin ciwo. Amma idan ba wani muradi da kanmu ba mun fi so mu kasance mu kadai.

Amma sai komai ya sauya. Ruhu Mai Tsarki ya fargar da mu don mu fahimci Allah ta wata sabuwar hanya—ba a matsayin mafakarmu ta karshe ba amma a matsayin hanya daya ta rayuwa. Can a karkashin zukatanmu yanzu bukatarmu ga Allah itace—duk da yake bamu tsaya wuri daya ba— ya ci gaba da jawo mu wurinsa a matsayin muradi na zukatanmu. Wannan muradi kuma ba zai taba mutuwa ba. Dukanmu muna da wannan muradi a cikin ikkilisiyoyinmu, Ubangijimu kuma ya bada kansa garemu baki daya cikin taruwarmu.

Hakan ya sa kowace ikkilisiya mai aminci ta zama sheda ga Allah mai rai cikin duniyar gumaka marasa rai.

5 Edmund P. Clowney, *The Church* (Downers Grove, IL: InterVarsity Press, 1995), 30.

JIGO DA KUMA GINSHIKI NA GASKIYA

Abu na karshe da Bulus ya yi lakari da shi a cikin nassin shi ne ikkil-isiya ce "jigon gaskiya da kuma ginshiƙinta" (1 Tim. 3:15). Me wan-nan ke nufi? To, menene aikin ginshiki? Ya na rike abu. Me kuma jigo ke yi? Ya na kafa abu. Wato, ikkilisiya me aminci bishara na rike kowa don ganin da kuma kafa bishara a matsayin abin dogaro kuma kwakkwara.

An kira ikkilisiyarku ga zama jigo da zai daga gaskiyar bishara. Gaskiya daya da zata tsira har bayan duniya, gaskiya daya da zata taimakawa masu zunubi da kuma masu shan wuya a yanzu, ta can-canci a bayyana ta a fili. Kada mu kyale duk wani abu yayi gasa da hasken bishara a cikin ikkilisiyoyinmu. Ikkilisiya ta kasance jigo dake tallafawa gaskiyar Yesu yadda kowa zai iya gani.

Amma an kuma kira ikkilisiya ga zama ginshiki. Me ya sa? Domin bishara ba ta kasance da karfi ga mutane da dama ba. Wasu abubuwa kan dauke hankalinsu (kudi, cin nasara, lafiyar jiki) wadan-nan abubuwa masu jan hankali kuma sun kasance da mahimmanci ga kyakkyawar makoma, yayin da bishara ta kasance zabi a karshen sati kawai tsakanin masu addini. Mutane da yawa na yanke shawara game da bishara bisa ga yadda suka tsinkaye ta. Wannan shi ne dalilin ginshiki. Ikkilisiya na iya bada tabbacin cewa bishara na kawo sauyi na gaske ga mutane na gaske da ke rayuwa cikin duniya ta gaske. Shi ne kuma dalili tattaruwarmu—don daukar gaskiyar bishara tare yad-da mutane zasu yi sha'awa. A matsayin jigo da kuma ginshiki na gaskiya, ikkilisiyoyinmu sune Shirin Allah na Daya na fansar duniya, ba shi kuma da Shiri na Biyu.

Kada wata ikkilisiya ta kasance mai daukaka kanta, duk wacce ta kasance fiye da jigo da kuma ginshiki zata jawo hankula zuwa gareta. Kowace ikkilisiya ta kasance domin madaukakiyar gaskiya ta Yesu Almasihu, wanda (Bulus ya ci gaba da cewa a cikin aya 16) "an bayyana shi da jiki, ruhu ya nuna shi adali ne, mala'iku sun gan shi, an yi wa al'ummai wa'azinsa, an gaskata da shi a duniya, an ɗauke shi Sama wurin ɗaukaka." ikkilisiyoyinmu sun wanzu ne dominsa,

dominsa kadai. Bari duk wani shiri na gasa ya fadi a kafafunsa har abada!

Kowace ikkilisiya mai aminci abar kauna ce ga Allah saboda tana bayana Yesu cikin cikar daukakarsa. Babu mutane da yawa masu kaunar irin wannan ikkilisiya. Hasali ma, mutane na kirkirar irin nasu addinan, su zabi irin nasu ayoyin daga cikin Littafi Mai Tsarki, suyi watsi da tsare-tsaren ikkilisiya masu mahimanci. Matsalar hakan ba na kallon reni ga ikkilisiya kawai ba ne, amma mummunar fahimta ga addinin Krista. Wata dabara ce don a ci gaba da kallonsu a matsayin Krista. Wannan kan sa Ubangiji mai daukaka ya zama kamar asararre wanda bai cancanci a rayu domin sa ba. Ina wannan yake cikin bishara?

Ikon bishara ya haifar da sabon abu wanda yake daban cikin duniya ta yau. Ya haifar da ikkilisiyoyi wadanda, kamar yadda John Piper ya ce, masu daukaka Allah ne, masu girmama Almasihu, cike suke da Ruhu, masu jin dadin Littafi Mai Tsarki, masu wa'azin alheri, masu kin shashanci, masu rungumar gicciye, masu daukar kasada, masu gicciye son kai, masu kyamar gulma, masu yawaita ad-du'a, masu tunanin gaba, masu halin taimako, da kuma kyakkyawan taron jama'a inda marasa cancanta ke bunkasa. Allah ne kadai mai gina irin wannan al'umma. Amma idan ya gina, ba za a iya watsi da ita ba.

Kun ga daukakar ikkilisiyarku, wacce itace iyalin Allah, ikkilisiyar Allah rayayye, jigo da ginshikin gaskiyar bishara? Wata sabuwar al'umma ce don nuna daukakar Almasihu. "Allah yana haskakawa daga Sihiyona, Da cikar jamalin Sihiyona" (Zab. 50:2).

GABABI NA 5

BA ABU BA NE MAI SAUKI AMMA MAI YIWUWA NE

Amma da na ga dai ba sa bin gaskiyar bishara sosai, na ce wa Kefas a gaban idon kowa, "Kai da kake Bayahude, in ka bi al'adar al'ummai ba ta Yahudawa ba, yaya kake tilasta wa al'ummai su bi al'adar Yahudawa?"

Galatiyawa 2:14

Gaskata bishara ba abu bane mai sauki. Tana cewa Allah mai tsarki duka yana kaunar masu zunubi kamar mu. Tana cewa ya aiko makadaicin Dansa ya mutum domin mu. Tana cewa ya zubo da Ruhunsa Mai Tsarki don ya bamu rai ya kuma kiyaye mu. Tana ikirarin babu abin da zai taba raba mu da kaunar Allah cikin Almasihu Yesu Ubangijinmu. Har ma tace wannan Mai Ceto dabara ce ta Allah domin canza duniya. Wannan albishir bai yi kama da abu mara yiwuwa ba?

Ko dai mu yarda tare da alfahari cewa mun fi karfin a hukunta mu, ko kuma mu yarda tare da alfaharin cewa bamu cancanci a cece mu ba. Don haka bishara abun ban mamaki ce mai ci gaba da aukuwa, muna kuma bukatar sauraronta akai-akai.

Daya daga cikin manyan makarkashiya ga aikin bishara a cikin ikkilisiyoyinmu shi ne rahin gaskatawa tsakanin mu mambobin ikkilisiya. Rashin gaskatawarmu na dakile bishara ta hanyoyi da baza mu iya gani ba, duk da niyar mu ta ciyar da bishara gaba. Ma-

57

gance rashin gaskatawarmu ba abu ne mai sauki ba, amma abu ne mai yiwuwa. Wannan shi ne abin da zamu maida hankali a wannan babin.

Martin Luther ya fayyace mana shi a sarari: "ba za a iya shigar da bishara cikin kunnuwanmu yadda zai isa ba ko kuma yadda zai yi yawa ba. Ko da yake zamu koya mu kuma fahimta yadda ya kamata, duk da haka babu wanda ya rike ta hannu biyu ko kuma ya gaskata ta da dukan zuciyarsa, jikinmu na da rauni sosai da kuma rashin biyayya ga Ruhu."[1] Wannan na bukatar sabuwar hanya ta tunani don gaskata cewa Allah ya kasance dominmu ne kawai don abin da Yesu ya cimma. Wannan na nufin gyara yanayinmu koy-aushe, don rungumar gaskiyar cewa rayuwarmu ta dogara ne ga wani abu daga wani wuri daban.

Amma haka Allah ya shirya tun da dadewa. A cikin gonar Aidan, tun kamin matsalar zunubi ta shigo duniya, Allah ya shirya wanzuwarmu yadda ta wajen bamu rai daga waje ne kadai zamu bunkasa. Ya ba Adamu da Hauwa'u itacen rai don su rika sabunta kansu akai-akai (Far. 2:9, 16– 17). Haka kuma, karfinmu bazai taba zuwa daga "cikin nan ba" amma kowane lokaci daga "can waje." zamu iya karbar rayuwa ne kadai da hannaye na ban gaskiya. Allah ya ce da Adamu:

> Ji, da na, idan kayi mani biyayya, zaka bunkasa. Amma idan kayi mani rashin biyayya, za ta haifar da wani bu a cikin ka mai suna "mugunta," wanda zai kai ga wani abu mai suna "mutuwa." baka san ma'anar wadannan abubuwa ba, kada ka bukaci sani. Amma idan zaka dogara gareni, zaka zauna lafiya. Duka wadata da cika ta rayuwa zasu zama naka.

---

[1] 1 Martin Luther, *A Commentary on St. Paul's Epistle to the Galatians* (London: James Clarke & Co., 1953), 40.

Adamu ya karbi managar Allah ya kuma dogara ga Allah don rayuwa lokaci bayan lokaci.

Jarabtar Shaidan a baya ta kasance (har yanzu ma): "Kada ka dogara ga Allah. Ka dogara ga iyawarka. Kayi rayuwa wacce zata gamsar da kai. Kana bukatar yin komai da kanka, don Allah bai cancanci a dogara gareshi ba." Adamu ya fadi wannan jarabawar. Sakamakon haka, dukanmu mun zama masu cin gashin kanmu. Bamu dauke dogaro ga kanmu bakin komai ba. Muna kirkirar al'adu don karfafa ka'idodinmu.

Bishara ta sauya mu zuwa wannan mataki mai zurfi. Yayin da Allah ya baratar da mu cikin Almasihu, ya sauya duka tsarin rayuwarmu kai tsaye. Ya sa adalci a cikinmu wanda ya ke daga Wani daban, ya sake kafa dangantaka irin ta gonar Aidan ya kaimu zuwa cikin falalarsa (Yahaya 1:16). Yanzu muna rayuwa cikin Almasihu, sabon Adamu mafi dacewa kuma. Wasu lokuta, muna ji a zuciyarmu cewa har yanzu babu jituwa tsakaninmu da Allah. Muna jin tsoro kada ya yashe mu. A dadilin haka sai mu rika kokarin samawa kanmu mafita da kanmu. Amma Allah cikin alherinsa sai ya kyale mu gajiyar da kanmu, wannan kokari namu ya zama na banza. Rayuwa ba a cikinmu take ba amma a cikin Almasihu kadai. Muna rayuwa a cikin shi.

Abun ban mamaki game da wannan bishara shi ne duk wata rayuwa ta gaske na samuwa ne daga wani wuri daban. Amma mai yantarwa ce. John Bunyan ya bayyana yanci a cikin labarinsa:

> Wata rana ina wucewa ta wani fili, cikin shakku, da kuma tunanin cewa komai zai iya faruwa, kwatsam sai wannan nassin ya shigo zuciyata, *adalcinka a sama yake*. Nayi tunani na kuma gani, da idanun zuciyata, Yesu Almasihu a hannun dama na Allah. Nan take, sai na ce, shi ne adalci na, don haka duk inda nake ko kuma duk abin da nake yi, Allah ba zai ce da ni, *ya rasa adalci na ba*, don wannan a gare Shi yake. Na kuma ga cewa, ba hali

na nagari bane yake inganta adalci na, ba kuma hali na mara kyau bane ke maida aldalci na ya zama da muni, domin adalci na shi ne Yesu Almasihu kansa, yau, gobe da kuma har abada. Yanzu kuwa lallai na kubuta daga sarka. . . . Yanzu na tafi gida cikin farin ciki don alheri da kuma kaunar Allah. . . . Na kuma ci gaba da rayuwa ta zuwa wani lokaci, cikin jituwa da Allah ta wurin Almasihu. Nayi tunani, Almasihu, Almasihu! Babu abin da nake gani sai Almasihu.[2]

Wannan itace manufar koyaswa akan bishara—don nuna hasken Almasihu cikin alheri da daukakarsa ga mutane masu rauni da rashin cancanta kamar mu. Muna yin watsi da shi nan-da-nan, ko ba haka ba? Dukanmu muna bukatar kasancewar wannan albishir nasa mai girma akai-akai.

WAHALAR TATTALIN AL'ADAR BISHARA

Al'adar bishara ta fi koyaswa akan bishara wahalar rikewa. Akwai bukatar himmantuwa cikin hikima da fasaha. Wannan ya kunshi shiga cikin wani nau'i na al'umma badan da wanda muka saba gani, inda zamuyi rayuwa tare cikin farin ciki da kuma kauna irin wanda ba za mu iya samarwa ba. Al'adar bishara bata bukatar mu da dogara ga mahimmancinmu ko kyawawan halayenmu, saidai muyi watsi da iyawar kanmu don farin ciki tare cikin Almasihu kadai.

Irin wannan gyaran halin bashi da sauki, amma rayuwa cikin irin wannan al'umma akwai ban sha'awa. Mun tsinci kanmu muna cewa tare da Bulus, "Saboda shi ne na zaɓi yin hasarar dukkan abubuwa"—duka lambobin daraja, duka raunikanmu na girman kai, kowane irin abu da muka kirkira muna yawo da shi don jan hankalin wasu—"har ma mun mai da su [tozari] domin Almasihu yă zama nawa, a kuma same ni a cikinsa, ba da wani adalcin kaina

2 3 John Bunyan, *Grace Abounding* (Cambridge: The University Press, 1907), 71–72.

ba, wanda ya danganta da bin Shari'a, sai dai da adalcin nan wanda yake tsirowa daga bangaskiya ga Almasihu" (Fil. 3:8–9). Bulus bai dauki hasarar da ya yi a matsayin hadaya ba. Wanda ya maida su tozari? Abun ji dadi ne mutum ya rabu da girman kai! Yayin da kuma ikkilisiya baki tayi farin ciki cikin Almasihu kadai, wannan ikkilisiya ta dauki al'adar bishara. Ta zama wata irin al'umma mai ban mamaki inda masu zunubi da masu shan wuya suke cika da murna domin Ubangiji ya na wurin, tare da bada kansa kauta ga masu bukata da kuma marasa cancanta.

Amma ta yaya ikkilisiya za ta kasance mai bunkasa kanta! Ta yaya zai zama da sauki mu yi watsi da daukakar kanmu don daukaka mafi girma! Cikas na farko na nuna hasken Yesu cikin ikkilisiyoyinmu na zuwa ne ta hanyar da muke sake mika kanmu gare shi. Daukaka kanmu a kodayaushe yana rage haskensa. Shi ya sa tattalin al'adar bishara ke bukatar "cire iyawar kanmu" a kullum, daga kowanenmu. Wannan abu ne mai wahala, mai radadi kuma. Abin da nake bada sha'wara a cikin wannan littafi baki daya ba abu bane mai sauki ko mara mahimmanci. Akwai nauyi da yawa a kanmu, ciki da waje. Amma duk da haka cin nasarar bishara a cikin ikkilisiyoyinmu abu ne mai yiwuwa, yayin da muke sa ido ga Almasihu kadai. Zai taimake mu. Muna bukatar hikimar Allah domin gina al'adar bishara saboda kowace al'ada ba abin da muke iya gani kawai ta kunsa ba amma abin da muke iya gani tattare da ita—har ma abin da bamu zata ba. Ba za mu iya lura da al'adar killisiyarmu haka kawai, kamar yadda kifi bai damu da ruwa ba, amma al'ada gaskiya ce mai karfi. Tana siffanta asalinmu, dabi'u, da kuma fatan mu nagari. Tana bayyana sharudan rayuwa tagari game da kanmu—cewa muma anayi da mu kuma muna da mahimmanci.

TANTANCE AL'ADUN IKKILISIYOYINMU

Saboda haka, kada muyi tsammanin cewa al'adar ikkilisiyarmu ta dace da Almasihu ta kowace hanya. Muyi tsammanin cewa bata dace ba, ta hanyoyin da har yanzu bamu sani ba. Bari mu maida

61

hankali ga abubuwa na boye da kuma abubuwa wadanda ba a furta ba a ikkilisiyoyinmu. Watakila ba su kasance kan tsari da bishara kamar yadda muka zata ba.

Don fahimtar al'adar ikkilisiyarka yadda ya kamata, akwai tambayoyi da dama da ya kamata kayi wa kanka. Menene abu mafi mahimmanci game da ikkilisiyarka wanda ba a taba yanke shawara akansa ba? Akwai wata niya mai kyau amma mara amfani? Kwai wani wuri cikin rayuwarka ta ikkilisiya inda babu biyayya ga Almasihu amma kuma kake sa ran albarkarsa? Kawai wani abu wanda ya zama cikas kuma aka kasa kauda shi a cikin ikkilisiyarka? Abu ne mai sauki ikkilisiyarka ta tsarkake abubuwa da yawa kamar shirye-shirye da kuma gudanarwa. Duka wadannan za su iya zama masu kyau, amma wajibi ne mika su ga Almasihu.

Ta wurin amsa wadannan tambayiyi, zaka iya samun abubuwa biyu: na farko, gunki, inda ikkilisiya ke son kanta har ya kaiga ta danne yancinka cikin Almasihu; na biyu, wuri wanda ikkilisiyarka za ta kara koyo game da falalar Yesu.

Rai a cikin Almasihu yake, a cikinsa kadai. Kowace ikkilisiya za ta iya ingantuwa cikin ikonsa ta wajen sanya bishara kacokan cikin al'ada. Ba abun tashin hankali ba ne ikkilisiya ta tsinci kanta ta na dogara ga Yesu kacokan. Dogara gareshi alama ce ta koshin lafiya. Charles Spurgeon cikin basira ya ce:

> A gani na tsarin ikkilisiya mafi dacewa bisa ga Littafi Mai Tsarki shi ne wanda ya kunshi addu'a, bangaskiya, da kuma ibada. Ikkilisiyar Allah bata taba zama da nufin sarrafa kanka. Idan ta kasance haka, kowace gaba zata yi yadda ta ga dama. Ikkilisiya ta kasance abu mai rai, mutum mai rayuwa, kamar yadda mutum ba zai

rayu ba idan babu rai, ko kuma ba tare da abinci ba, ko nunfashi, haka ma ikkilisiya take.[3]

Akwai lokacin da zai kasance a cikin rayuwar ikkilisiya inda zamu ji komai ya na warwarewa. Amma irin wannan lokaci zai iya maida ikkilisiya ta zama mai dogara ga Almasihu mai rai fiye da yadda take yi baya. Wadannan lokuta na koya mana cewa hanya mafi dacewa ta "gyara ikkilisiya" itace mu mika bukatunmu marasa iyaka ga falalarsa mara matuka a ko yaushe, kamar yadda Spurgeon ya fada. A. W. Tozer ya samar da zabi dalla-dalla: Bangaskiya ta karya a kowane lokaci ta na samar da sabuwar hanya ta yin bauta duk lokacin da Allah ya kawo sauyi. Bangaskiya ta zahiri hanya daya kawai take da ita tana kuma bada wuri ga hanya ta biyu ko kuma madadin ta. Ga bangaskiya ta zahiri, ko dai Allah ko kuma lalacewa baki daya. Tun kasancewar Adamu a doron kasa Allah bai taba yashe da wani ko wata [ko ikkilisiya] ba wadanda suka dogara gare shi.[4]

Abu ne mawuyaci mu iya dogara ga Ubangiji da dukan karfin mu. Kare-kai na karya matsala ce da ta   ki ci ta ki cinyewa ga mu Krista.

TASIRIN TSORO GA AL'ADAR IKKILISIYA

Bukatar kariyar ta karya matsala ce da ta kasance har ma ga man-zanni. Wannan daya ne daga cikin darusan da muka koya daga sananniyar takaddamar da ta auku tsakanin Bulus da Bitrus, wacce Bulus ya bayyana cikin wasikarsa zuwa Galatiyawa:

---

[3] Charles Haddon Spurgeon, "The Church—Conservative and Aggressive," *The Metropolitan Tabernacle Pulpit*, Vol. XII (Pasadena, TX: Pilgrim Publications, 1977), 366. Preached May 19, 1861.

[4] A. W. Tozer, "True Faith Brings Committal," in *The Root of the Righteous* (Harrisburg: Christian Publications, 1955), 50.

Amma da Kefas ya zo Antakiya, sai na tsaya masa fuska da fuska don laifinsa a fili yake. Don kafin wadansu su zo daga wurin Yakubu, yakan ci abinci da al'ummai. Amma da suka zo, ya janye jiki ya ware kansa, yana tsoron darikar masu kaciyar nan. Haka ma sauran Yahudawa masu bi suka nuna fuska biyu kamarsa, ko da Barnaba ma sai da suka ciwo kansa da munafuncinsu. (2:11–13).

John Stott ya kira wannan "daya daga cikin abubuwa masu tayar da hankali da suka auku cikin sabon Alkawari."[5] Ba matsala bace ta gaba tsakanin mutum da mutum. Karo ne tsakanin bishara da al'ada. Bulus ya ga cewa bishara tana cikin matsala. Yaki yin shiru yayin da wasu shugabanin suka lalata al'adar bishara akan tsohuwar al'ada.

Babu wata matsala game da dabi'ar Yahudawa wacce Bitrus ya nuna. Amma akwai babbar matsala wajen bukatar kiyaye su bayan Almasihu ya cika dukansu, wanda Bitrus nuna ta wurin nesanta kansa daga Al'ummai masu bi marasa tsarki. Cikin haka, Bitrus na cewa wajibi be Al'ummai su gaskata bishara su kuma kiyaye al'adun Yahudawa domin cancanta ga Almasihu—su kuma cancanta ga Bitrus! Ba daidai suke da shi ba, saboda su ba kamarsa bane. Ta wurin haka, Bitrus ya rufe falalar Yesu ya kuma daukaka wani abu daban na kansa maimakon Ubangiji. Wannan cin mutunci ne ga aikin da Almasihu ya kammala akan gicciye! Wannan babban wulakanci ne ga Al'ummai wadanda aka fanshe su da jini! Wannnan girman kai ne na al'adar Bitrus! Wannan cin zarafi ne na baratarwa da aka yi mana ta wurin bangaskiya! Wannan mummunar al'adace ta ikkilisiya!

Yahudawa sun kiyaye dokar tsarki/rashin tsarki tun a baya, wacce ta samo asali tun daga Tsohon Alkawari. *Mishnah* (yadda

---

5 John R. W. Stott, *The Message of Galatians* (London: Inter-Varsity Press, 1968), 49.

Yahudawa ke kiyaye dokokin Tsohon Alkawari) sun bayyana cewa "wuraren zaman Al'ummai masu kazanta ne."[6] Bitrus ya yi kokari ya kiyaye kansa daga cututtukan Al'ummai dukan rayuwarsa. Amma sai Allah ya nuna mashi cewa Yesu ya cika tsofofin dokoki. Sau uku Allah ya fada wa Bitrus, "Abin da Allah ya tsarkake, kada ka ce da shi marar tsarki" (Ayyukan Manzanni 10:15–16). Wannan bayani a fili yake.

Ba rashin sani bane ya kai Bitrus Antakiya amma tsoro ne na rashin amincewar mutane: "ya janye jiki ya ware kansa, yana tsoron ɗariƙar masu kaciyar nan." Kamar kowa, Bitrus yana da asali na tsoro. Lokacin da ya yi musun Yesu a daren da za a kama Ubangijinsa, ya ji tsoron kada a lahanta shi. A Antakiya, ya yi musun Yesu saboda tsoro kada a illata zamantakewarsa da jama'a. Dalilin irin wanan tsoro na sa, ya canza bishara.

Wato, ba a matakin koyaswa matsalar ta shigo ba amma a matakin al'ada. Ta fara da jin tsoro, ba wai ta wajen karanta littafi mai gurbataccen tauhidi ba. Don haka Bulus ya kira wannan munafunci har sau biyu, "Haka ma sauran Yahudawa masu bi suka nuna fuska biyu kamarsa,ko da Barnaba ma sai da suka ciwo kansa da munafuncinsu." Misalin Bitrus ya tilastawa Al'ummai masu bi bin al'adun Yahudawa, kamin su sami cikakkiyar karba a matsayin bambobin ikkilisiya.

Tsoron rashin amincewar mutane kan kawo bata. Wannan na sawa mu so a kalle mu a wani mataki mu kuma yi tarayya da mutane na musamman. Yana lalata aminci, bada kai, da kuma farin ciki. Yana gina bangayen da Yesu ya mutu domin ya rusa su. Yana gurbata koyaswa ta gari, kamar yadda zamu gani nan baga. Wanne irin tsoro ne wannan wanda babu komai a cikinsa sai muradin zukatanmu?

Abin bakin ciki shi ne, tsoro zai iya zama da karfi kwarai tsakanin Krista. Tsoron Bitrus ya kasance da tasiri tunda har Barn-

6 *Mishnah*, Oholoth, 18.7.

aba, "dan karfafa zuciya" (Ayukan Manzanni 4:36), sai da abun ya shafe shi. Bulus ne kadai yake da sani da kuma karfin halin da ya bukaci manzanni su sake shigar da koyaswa ta ainihi cikin al'adun su, don sakon bishara ya samu ci gaba ba tare da cikas ba.

KOYASWAR DA TAKE DAIDAI + KOYASWAR DA BA DAIDAI BA = MUSANTA KOYASWA

Don maida martani ga munafuncin Bitrus, Bulus ya tsaya gaba gadi "domin gaskiyar bishara tǎ zaune muku" (Gal. 2:5). Bai tsaga ga haddace na bishara kawai ba amma ya fahimce ta yadda ya kamata. Me yasa? Saboda Bulus ya san cewa abu ne mai sauki mu fadi abu a cikin koyaswar ikkilisiyarmu a hukunce mu kuma janye abin da muka fada ta wurin aiwatar da al'adar ikkilisiya. Abu ne mai yiwuwa mu rike bishara a matsayin wani tsari na ra'ayoyi har ma yayin da muka rasa ta a matsayin gaskiya. Bari mu bayyana wannan fahimtar cikin sauki kuma gaba gadi:

koyaswa akan bishara wacce take daidai + makiya al'adar bishara = musun bishara

Ba za mu lura cewa wannan na faruwa a cikin ikkilisiyarmu ba idan muka yi la'akari da furucin bangskiyarmu kadai muka kuma fadi wa kanmu cewa, "mun yarda da abubuwa masu kyau." Haka abin yake ga Bitrus. Bulus ya ayyana abin da ya fada wa Bitrus: "mu ma mun gaskata da Almasihu Yesu, domin mu sami kuɓuta ga Al-lah ta wurin bangaskiya ga Almasihu" (aya 16). Wannan na nufin kalmar "mu" ta hada da Bitrus. Bitrus bai taba musun koyaswa akan bishara ta gaskiya ba. Amma ya saba al'adar bishara ta gaskiya ta wurin halinsa, kamar yadda Bulus ya nuna a aya ta 15 zuwa 21. Bitrus ya sake gina al'adar ceton-kai wadda shi da kanshi ya rushe ta wurin bangaskiyarsa ga Almasihu: "Amma in na sǎke ginin abin da dǎ na rushe, na tabbata mai laifi ke nan" (aya 18).

Amma Bulus ya ki "tozarta alherin Allah" (aya 21), wannan ikirari ya bayyana abin da ke cikin hadari karara. Zamu iya kaunar koyaswar alherin Allah, a lokaci guda kuma, mu tozarta alherin ba tare da saninmu ba. Kiyaye wannan gaskiyar na bukatar al'ada inda masu zunubi za su iya ganin hasken abin da muka gaskata a cikin wata sabuwar al'umma. Gina irin wannan al'ada babu sauki, amma kuma zai yiwu. Mataki mafi wahala ga ikkilisiya shi ne tunkarar kanta, kamar yadda Bulus ya tunkari Bitrus:

> Amma da na ga dai ba sa bin gaskiyar bishara sosai, na ce wa Kefas a gaban idon kowa, "Kai da kake Bayahude, in ka bi al'adar al'ummai ba ta Yahudawa ba, yaya kake tilasta wa al'ummai su bi al'adar Yahudawa? (aya 14)

Shin ikkilisiyarmu na koya koyaswar bishara? Wannan tambaya kadai ba ta wadatar ba. Wajibi ne mu kuma tambayi cewa, shin wannan al'ada ta yi daidai da koyaswar bishara? Ga Bulus, aminci ga bishara sun kunshi aiwatar da bishara cikin dabi'unmu: "Amma da na ga dai ba sa bin gaskiyar bishara sosai......" (aya 14a). Bishara ta bamu fiye da wuri na tsayawa kawai; amma tana nuna mana hanyar da za mu bi. Akwai hanya ta rayuwa "wacce tayi daidai" da ita. Tafiya ce zuwa cikin falalar Ubangiji Yesu Almasihu marar iyaka. Idan ikkilisiyoyinmu suka kasance a bude ga Almasi-hu, sakon bishara zai zama a bayyana, hanya zuwa Almasihu kuma zata kasance a bude ga kowa.

Galatiyawa 2:11-14 a bayyane take sarai. Duk wadanda suka dogara ga Yesu domin baratarwa su wankakku ne a gaban Allah, duk irin asalinsu. Idan Allah ya maishe mu tsarkaka ta wurin Al-masihu, ba sauran abinda ya rage. Wannan itace koyaswa akan bishara. Wannan koyaswa kuma ta haifar da al'ada ta karbuwa ta wurin alheri ga kowane mai bi. Yesu ya ce, "bautata sassauka ce" (Mat. 11:30). Yana saukaka komai ga mutane. Ba ya taba tilasta mu-tane su yi abin da ba Allah ne da kansa ya bukata ba. Amma mutane masu bada kai ga koyaswa akan bishara na iya haifar da al'adar ikkilisiya mara sauki, kamar yadda Bitrus ya yi.

Al'adar bishara ma mai tsarki ce kamar koyaswa akan bishara, wajibi ne kuma a rene ta da kula da kuma kiyaye wa a cikin ikkiliy-oyinmu. Bulus ya yi gwagwarmaya domin ta, saboda ba za a iya kiyaye koyaswar ceto ta wurin alheri da nagarta ba idan aka kewaye ta da al'adar ceton kai. Yesu ne Mai Ceto wanda kowa yake bukata. Shi ne Itacen Ranmu. Ya isa ya bamu rai na har abada, sa'an nan kuma yana samuwa kyauta ga kowa.

YANCIN BAN AL'AJIBI NA AL'ADAR BISHARA

Kasance cikin ikkilisiya mai yantarwa kowace Lahadi abu ne mai ban al'ajabi! Cikin ranakun mako duka muna kurme a cikin kogin hukunci da cudanya mara kyau. A lokuta da dama ya zama mana wajibi mu cika bukatun wannan duniya mai rikitarwa, amma duk da haka bamu sami karbuwa ba. Paul Tournier ya rarraba mu'amullar mutum "ta yau da kullum" a matsayin wani zagaye na suka, laifi, da kuma ceton kai:

> A cikin rayuwa ta yau da kullum muna ci gaba da nut-sewa cikin wannan yanayi na sukar juna, har ma ya kaiga ba koyaushe muke yin haka da saninmu ba wan-nan ya sa muka tsinci kanmu cikin muguwar da'irar da ba ta da tushe: kowace suka na haifar da rashin jin dadi ga mai yin sukar da kuma wanda ake suka, kowanensu kuma kan yi kokarin fita daga wannan yahayi ta duk wata hanya mai yiwuwa, ta wurin sukar wadansu domin ceton kai.[7]

Sa'an nan, ranar Lahadi, mu shiga cikin wata sabuwar al'umma inda muke samun muhalli na alheri cikin Almasihu kadai. Wannan

---

7 Paul Tournier, *Guilt and Grace* (New York: Harper & Row, 1962), 15–16.

na da matukar ban sha'awa. Masu zunubi kamar mu zasu iya sake yin numfashi! Kamar da Allah ne ya sauya batun kowa cikin Almasihu. Yana sauya halayenmu marasa kyau, tsira yatsa, and kuma kiyayya da albishir na alherinsa domin marasa cancanta. Wanene zai kasa samun rayuwa a cikin irin wannan al'umma mai cike da ruhaniya? Wannan shi ne wurin da ya kamata kowanenmu ya kasance cikin farin ciki yanzu: "Yanzu ba ni ne kuma nake a raye ba, Almasihu ne yake a raye a cikina. Rayuwar nan kuma da nake yi ta jiki, rayuwa ce ta wurin bangaskiya ga 'Dan Allah, wanda ya ƙaunace ni, har ya ba da kansa domina" (Gal. 2:20). An gicciye iyawarmu tare da Almasihu. Bukatar boye gazawa da kuma nuna fifiko yanzu ba sa raye. Almasihu ya isa ya cika kowanenmu, ba tare da kara komai na kanmu ba. Yayin da muka ci gaba da tafiya akan tafarkin gaskiya na bishara, mutana zasu sami sabuwar al'umma cikin ikkilisiyoyinmu inda masu zunubi da masu shan wuya zasu iya bunkasa. Idan akwai bukatar fuskantar wani, hakan zai kasance ne "domin gaskiyar bishara tǎ zaune muku" (aya 5).

DOGARA GARESHI KADAI

Al'adar bishara ba ta da sauki. Amma mai yiwuwa ce. Babu wani abu mai sarkakiya game da rayuwa ta bangaskiya cikin Almasihu. Tana nufin mu daina dogara ka kanmu amma a gereshi. Tana nufin mika wuya a kullum. Tana nufin daukar gyara akai-akai don zukatanmu da ikkilisiyoyinmu su kasance cikin daidaito da Dan Allah. Wanda ya kaunace mu ya kuma bada kansa dominmu.

Yayin da muka dogara gareshi, zai taimake mu. Martin Luther ya nuna mana inda zamu iya samun sabuwar rayuwarmu:

Kayi tunani a tsanake akan wanene wannan Da na Allah, yaya daukakarsa take, yaya girmansa yake. Menene sama da kasa idan aka kwatanta da shi?... Doka bata kaunace ni ta bada kanta domina ba. Hakika, ta zarge ni, ta firgita ni, ta kuma sa na fidda zuciya. Amma yanzu na sami abin da ya bani yanci daga razanawa irin ta

69

doka, zunubi, da mutuwa, ya kuma kawo ni ga yanci, adalcin Allah, da rai madawwami. Shi ne Dan Allah, yabo da daukaka su tabbata a gare shi har abada. . . Karanata ;wadannan kalmomi, "ya kaunace ni ya kuma bada kansa domi na," cikin jaddadawa. Da bangaskiya mai karfi zaku iya zana wannan kalma ta "ni" a cikin zukatanku ku kuma aiwatar da ita a kanku, babu shakka ka zama daya daga cikin wadanda wannan "ni" din ta kasance dominsu.[8]

---

[8] Martin Luther, *Galatians* (Wheaton, IL: Crossway, 1998), 111–12.

GABABI NA 6

ABIN DA ZAMU TSAMMATA

Don kuwa, a gun Allah mu ne ƙanshin Almasihu a cikin
waɗanda ake ceto, da waɗanda suke a hanyar hallaka, ga na
ƙarshe ɗin, ƙanshin nan warin mutuwa ne, mai kaiwa ga
hallaka, ga na farkon kuwa, ƙanshin rai ne mai kaiwa ga
rai. To, wa zai iya ɗaukar nauyin waɗannan abubuwa?

2 Korintiyawa 2:15-16

Yayin da ikkilisiyoyinmu ke kutsawa gaba cikin koyaswa akan
bishara da al'adar bishara, me muke tsammanin gani? Ubangiji yana
da shirye-shirye daban-daban ga ikkilisiyoyi daban-daban. Amma
Littafi Mai Tsarki ya karfafa mu da mu ci gaba da neman masu
tuba (Ayyukan Manzanni 6:7), karin farin ciki (Ayyukan Manzanni
8:8), karin tasiri (Ayyukan Manzanni 19:20), karin sakamako na
daukaka. Hakanan zamu iya fuskantar karin matsala.

Allah yana baza kamshin nan na sanin Almasihu yayin muke
wa'azin bisharar rahamar Allah ya kuma suturta sakon da hasken
rayuwa ta rahama (2 Kor. 2:14). Saboda haka, zamu iya tsammanin
duniya ta yi mana maraba. Amma Littafi Mai Tsarki ya gaya mana
cewa mu tsammaci abubuwa biyu mabanbanta a lokaci duga. Wasu
mutanen zasu ga ikkilisiyoyinmu a matsayin "kanshi da rai zuwa
rai." Wasu kuma zasu ganta a matsayin "kanshi daga mutuwa zuwa
mutuwa." Yayin da ikkilisiyoyinmu suka kasance da tasiri ta dalilin
bishara, haka wadannan abubuwa biyu zasu kasance da tasiri. Yayin

71

da wasu zasu karbe mu a lokaci guda kuma zamu fuskanci jayayya. Tafiya tare da Ubangiji na nufin lokaci mai zuwa zai kasance mafi farin ciki a lokaci guda kuma mafi wahala fiye da yanzu.

Wannan shi ne abin da Bulus ya gano yayin da ya je duniya Bahar Rum, yana yada bishara tare da kafa ikkilisiyoyi. Mutum daya tare da sako daya ya samar da sakamako biyu mabanbanta. Me yasa? Saboda ba Bulus bane da kansa. Amma Almasihu ne a cikin Bulus. Ubangijinmu ya kasance mai jawo martani mai karfi—a gare shi ko kuma akasin haka (Luka 2:34). Koyaushe shi mai yi ne zai kuma ci gaba da yi, har dawowarsa.

Yayin da muka gane cewa hidimarmu tana farantawa tana kuma batawa, kada hakan ya bamu mamaki. Ba wani abu bane mara kyau ke faruwa. Maimakon haka, abu ne mai kyau yake faruwa. Allah ne ke baza kanshin Almasihu ta wurinmu.

Bulus ya karanta 2 Korantiyawa 2:15–16 don ya bayyana wannan ya kuma karfafa mu don mu tsaya da karfi, tare da mika wuya ga tsari mai ban mamaki na hukunci da ceto na Allah. Wannan shi ne darasin wannan babi.

MU KANSHI NE NA ALMASIHU

Bulus ya rubuta cewa, "Don kuwa, a gun Allah mu ne ƙanshin Almasihu a cikin waɗanda ake ceto, da waɗanda suke a hanyar hallaka" (2 Kor. 2:15). Kalmomin da aka nanata na Almasihu ne. Karfin kanshin Almasihu mutane zasu ji idan ikkilisiyoyinmu suka cika da bishara. Abin sha'awa ne mutane su sadu da Almasihu ta wurin mu! Bamu yi kama da shi ba ta hanyoyi da yawa! Duk da haka, kanshin sa na jikinmu.

Mafi ban mamaki ma, "mu ne ƙanshin Almasihu a gun Allah". Wannan shi ne mahimmin batu na Bulus. Duk abin da mutane za su iya tunani a kanmu, Allah yana jin dadinmu yayin da muke daga Yesu Almasihu wanda aka gicciye. Wani mai sharhi ya rubuta cewa,

"Babu abin da yake faranta zuciyar Allah fiye da wa'azin bisharar Almasihu."[1]

Ta wacce hanya muka zama "kanshi"? Wannan hoto ya samu ne daga Tsohon Alkawari. An fara amfani da shi tun daga hadayar Nuhu—"Sa'ad da Ubangiji ya ji ƙanshi mai daɗi" (Farawa 8:21)—an kuma nuna wannan a cikin dokoki na hadaya a cikin Littafin Firistoci (misali, L.F 1:9, 13, 17, da suransu). Hadaya ta sulhu da Nuhu da kuma Firistoci suka mika ta farantawa Allah zuciya, wacce itace sheda ta hanyar jinkai na Allah ga masu zunubi. Kazalika, abin farin ciki ne ga Allah da Allamsihu ya bada kansa bisa gicciye don mika hadaya ta sulhu mafi girma. Haka kuma abin farin ciki ne ga Allah a yau idan muka mika jikinmu da ikkilisiyarmu a matsayin hadaya rayayya (Rom. 12:1) don nuna bisharar Almasihu. Cikin Littafi Mai Tsarki baki daya, farin cikin Allah ya kai makura a gicciyen Almasihu. An yi anabcin wannan farin ciki a lokacin Tsohon Alkawari; an cika shi a cikin Almasihu kansa; ya kuma sake bayyanuwa a cikinmu yau.

An fadi cewa, "kona hadaya ne ke samar da kanshi mai daɗi."[2] Ikkilisiyoyi kuma sune zukata masu ci da bishara ke bada kanshi mai daɗi na Almasihu kansa, kyakkyawa ga Allah can a sama. Akwai abubuwa da yawa game da mu da Allah ya ke kauda kai. Abin da ya lura, da kuma abin da ke faranta masa rai, itace sha'awar ikkilisiyoyinmu domin Almasihu wanda aka gicciye.

Amma a cikin duniya, tsakanin mutane, wani labari ne daban. Ra'ayin mutane a kanmu na kasancewa guda biyu masu mabanbanci da juna. Amma idan ikkilisiyoyinmu suka kasance masu bayyana Almasihu, haka mu kanmu zamu kasance da tasiri.

"A cikin waɗanda aka ceta," mu ne ƙanshin Almasihu kansa. Bishararmu na sa mutane murna tana kuma taimakonsu, kamar

---

[1] R. V. G. Tasker, *The Second Epistle of Paul to the Corinthians* (Grand Rapids: Eerdmans, 1974), 57.

[2] Bruce K. Waltke, *Genesis: A Commentary* (Grand Rapids: Zondervan, 2001), 142.

Ubangiji ne da kansa yake taimakonmu, saboda Ruhunsa yana nan. Wadanan mutane zasu shigo cikinmu mu tafi tare.

"A cikin wadanda suke a hanyar hallaka," muna wari sosai. Mutane na mamakin abin da ke kawo haka, ko menene matsalarmu, abin da yasa ba mu yin wanka akai-akai. Wadannan mutane na rufe hancinsu. Ko da mun bata wa mutanei, hidimar bisharar mu zata ci gaba da kasance mai dadi ga Allah na sama.

Me muka fahimta daga wadannan kwararan abubuwa biyu? Me Littafi Mai Tsarki ya ce wanda zai taimake mu game da wadannan ra'ayoyi na mutane masu cike da rudani da kuma sarkakiya, masu kyau da marasa kyau? Abin da John Calvin ya fada game da bishara kenan: ba za a taba wa'azinta a banza ba."[3]

Yesu bai zo duniya domin ya yanke mata hukunci ba, sai dai domin duniya ta sami ceto ta wurinsa (Yahaya 3:17). Dok da haka har wa yau, wasu mutanen suna da mummunar akida game da bishararsa ta ceto. Sun ki shi, duk da yake wasu mutanen suna ci gaba da samun lafiya. Lura da wadannan kalmomi cikin 2Kor. 2:15: "wadanda ake ceto" da kuma "wadanda ke hanyar hallaka." Wasu mutanen na kan hanyarsu suwa hallaka. Bishara na rada masu cewa: Duka abubuwan da kuka gaskata da su na iya kaiku ga hallaka. Kun yi kuskure baki daya. Ku koma zuwa Almasihu!" Amma basu yi hakan ba. Wasu na kan hanyar su zuwa rai madawwami. Bishara ta na bayyana masu cewa: "Duk abin da kuka sa bege sosai akai ya na kasancewa a gareku tun yanza. Ku manne wa Almasihu!" Suka kuma yi hakan. Bishara tana da tasiri akan duka irin wadannan mutane.

Babu wani abu da bishara ba za ta iya yi ba.

Amma bisharar Ubangiji Yesu Almasihu ta nesanta kanta da rashin jituwa da juna. Babu wanda ke hukunta bishara. Bishara ce ke hukunta kowa, tana kuma bauta wa wasu.

---

[3] John Calvin, *The Second Epistle of Paul the Apostle to the Corinthians* (Grand Rapids: Eerdmans, 1980), 35.

Dole ne mu sa wannan a zuciyarmu. Duk lokacin da muka saurari wa'azin bishara, tana kara kafa mu zuwa wani mataki, ko kuma ta kara tausasa mu zuwa wani mataki, ya danganta ga yanayin zuciyarmu ga Allah. Dukanmu baza mu iya kasancewa daya ba. Martyn Lloyd-Jones ya shawarce mu cikin hikima:

Ku kula da irin halin da kuke nuna wa Allah, ku abokaina. Zaka iya cewa da kanka, "zan iya yiwa Allah zunubi, `sa'an nan daga baya in tuba in koma in sake neman Allah duk lokacin da nake bukatar shi." Ku gwada hakan. Zaku gane cewa wasu lokutan ba zaku same shi ba, har ya kaiga lokacin da baza mu yi sha'awar ne-mansa ba. Lokacinne zama ankare da taurin zuciyarka. Babu kuma abin da zaka iya yi game da shi. Sai kuma kwatsam ga gane cewa Allah ne ke hukunta ka don ya bayyana maka zunubanka da kuma rashin da'ar ka. Abu daya ne zaka iya yi. Ka kuma wurinsa ka ce masa, "ya Allah, kada ka ci gaba da hukunta ni, ko da yake na can-canci hakan. Ka tausasa zuciya ta. Ka narka ta. Ba zan iya da karfi na ba." ka bada kanka baki daya ga jinkansa da kuma tausayinsa.[4]

Mu masu zunubi bama amfani da ikon Allah. Muna tabbatar da shi ne kawai, ta hanyoyi da dama, mu kuma bayyana gaskiya game da kanmu.

DAGA MUTUWA ZUWA MUTUWA, DAGA RAI ZUWA RAI

Hakika, kasancewa cikin bishara yana bayyana gaskiyar matakin zukatan mutane, kamar yadda Bulus ya ci gaba da bayyanawa. Kan-shin bisharar mu shi ne "ƙanshin nan warin mutuwa ne, mai kaiwa ga hallaka, ga na farkon kuwa, ƙanshin rai ne mai kaiwa ga rai" (2Kor. 2:16). Martanin jama'a game da ikkilisiyoyi na bishara suna bayyana zukatansu game da Almasihu kansa, martaninsu kuma yana kara kaisu gaba-gaba. "Daga mutuwa zuwa mutuwa" wannan

---

[4] D. Martyn Lloyd-Jones, *Revival* (Westchester, IL: Crossway Books, 1987), 300.

na nufin suna kara shiga da zurfi zuwa hallaka, wanda kyamar warin bishara ke kawowa. Suna kara shiga cikin yanayi wanda babu juyowa saidai ta wajen taimakon rahamar Allah. "Daga rai zuwa rai" wannan na nufin zukatansu da aka sake haihuwa suna kara girma zuwa rai, wanda kanshi mai dadi na Almasihu a cikin bishara yake jawowa.

Babu wanda yake tsaye wuri guda. Kowa yana na'am da bishara. Kowa yana tafiya gaba ta hanya daya ko kuma ta wata hanyar.

A zahiri, muna so mu kauda kowane cikas na karbar Almasihu da kuma girma a cikinsa daga ikkilisiyoyinmu (Ish. 57:14–15; 2 Kor. 6:3). Muna so mu daidaita sadarwarmu cikin hikima da kamala (1 Kor. 9:19– 23; 10:32–11:1). Muna so mu warware shakku da kuma matsalolin mutane iyakar iyawarmu (Kol. 4:5–6; 1 Bit. 3:15). Amma ba zamu taba yin furci mara kyau yayin da muke sanar da bishara yadda ya kamata ba. Fushi, dariya, neman laifi, kin amincewa na daga-mutuwa-zuwa-mutuwa ba gazawarmu bace. Ana gina kin amincewa cikin hidimar bishara saboda yanayi irin na faduwar zuciyar dan Adam.

Cikin hanzari zan kara da cewa, abu ne mara kyau mutum ya yi farin ciki saboda mawuyacin hali da wani ya shiga! Dole ne muyi kuka domin wadanda basu dauki wa'azin bishara da mahimmanci ba, mutane wadanda basu gamsu ba saboda ba a iya gamsar dasu. Suna kauracewa Yesu zuwa mutuwa. Amma kada mu taba kaucewa daga amincin Almasihu saboda rashin amincewar mutane. Wani abu mai mahimanci na faruwa, mai zurfi fiye da duk wani gyara da zamu iya wajen gabatar da bishara.

Duk da haka, ta wurinmu ne Allah yake baza kanshin sanin Almasihu (2 Kor. 2:14). Wannan abin mamaki ne. Ta wurin hidimar mu, makomar mutane ta har abada ta fara bayyana tun yanzu. Kin amincewarsu kuma ga hidimar bisharармu na haifar mana da yanayi mai taba zuciya. Zai ma fi kyau ace basu taba jin bishara ba baki daya. Shi ya sa Bulus ya ce, "wa zai iya ɗaukar nauyin waɗan-

76

nan abubuwa?" Bishara ta isa ga duka kudurorin Allah. Amma mu bamu isa ba. Muna yi iya karfinmu sati bayan sati, amma mu kanana ne marasa cancanta.

Gaskiya mai zurfi itace cewa muna cikin aikin ceto da kuma shari'a ta Allah. Sakamako na har abada ya rataya akan kowace tattaruwa ta ikkilisiya, kowane bincike na Littafi Mai Tsarki, kowane zance na mutum, kowane sako da muke aikawa ta yanar gizo. Aljanna da jahannama sun fara bayyana ga mutane akan idanunmu. Muna kuma iya fadar abu wanda zai kasance da hadari ga wani amma kuma ya zama ceto ga wani—wanene dace da wannan aiki?

Hidimar bishara a cikin ikkilisiyoyinmu ta kunshi fiye da jayayya akan koyaswa. Aikin bishara na dabara ne, kamar yadda kanshi yake. Ba kai tsaye take aukawa cikin zuciyar mutum ba, amma kanshi ce mai shiga cikin zuciya a sannu. Wannan hasken kuma ya kasance rai ko mutuwa. Haka ikon bisharar Allah take da ban mamaki.

ZARGI NA RASHIN FAHIMTA

A matsayinmu na Krista, kada mu karaya idan aka hukunta mu lokacin da bamu cancanci hukunci ba ko kuma aka ci zarafinmu. Wannan wani bangare ne na hidimar bishara. Bari mu tsammaci haka mu kuma karbe shi saboda Ubangiji. Wandanda suka ki Almasihu wanda muke shela ba za su yarda cewa kuskure suke yi ba. Domin wanke da kansu, sai nu nemi hanyoyi da zasu zarge mu. Haka ne, bari a koda yaushe mu yarda da kasawarmu da cikakkiyar gaskiya. Amma abin mamaki ne yadda manzanni suka kasance da karfin zuciya, yadda Sabon Alkawari ya kasance ba tare da ruhun zargin juna ba. Babu inda damuwa ya kasance a cikin 2 Korantiyawa 2:15–16, inda bulus ya karkake hidimarsa baki daya.

Hanya daya ta amfana da tasirin ikkilisiya mai aminci itace yin watsi da ruhun shakka. Charles Spurgeon ya ce: "gaskiya mara dadi itace tsakanin masu zunubi, mafi muni daga cikin ikkilisiyoyinmu suke. Wadanda suke tsunduma dumu-dumu cikin zunubi, ba tare da nunawa ba, suke kuma da tattaurar zuciya, sune ake iya samu cikin iyalin Allah."[5] Idan irin wadannan mutane suka tada husuma a cikin ikkilisiya, sai wasu a cikin ikkilisya su kara ta'azzara matsalar ta wurin cewa, "a cikin yawancin tarzoma kowane bangare suna da laifi." Haka ne, amma kowacce tarzoma ce zata kasance haka? Wannan ba shi ba ne abin da Littafi Mai Tsarki ya ce.

"Rubuwar ikkilisiya" ta farko a cikin Littafi Mai Tsarki ya dauki bangare guda—Kayinu ya kashe da'uwansa Habila akan jayayya da ta danganci ibada (Far. 4:1–12). Menene abin da Habila yayi da sa Kayinu ya dauki wannan hukunci a kansa? Littafi Mai Tsarki ya bada amsa:

> Kada mu zama kamar Kayinu, wanda yake cike da mu-gunta har takaishi ga kashe dan'uwansa. Menene dalilin da yasa ya kashe shi? Don ayukan sa na mugunta ne na dan'uwansa kuma na adalci ne. Kada kuyi mamaki, yan'uwa, yadda duniya take kin jininku. (1Yahaya 3:12–13).

Kayinu da Habila dukansu masu zunubi ne. Amma abin da ya haddasa fadan shi ne cewa ayukan Kayinu na mugunta ne na Habila kuma kyawawa ne, Kayinu kuma ya kasa jure hakan.

Idan wata ikkilisiya tana da mambobi wadanda suka kasance masu bautawa duniya, wadanda har yanzu zukatansu basu zama sabobi ba, wannan halin zai ci gaba da kasancewa har sai lokacin da aka fuskanci wannan halin aka kuma sake dawo da gaskiyar bishara. Misali, mutane na iya zargin amintattun masu hidimar bishara da zama marasa kauna, wannan zargi kuma mai saukin yi ne amma kuma mai wahalar tabbatarwa ko kuma karyatawa. Mu da muke jagoranci wajibi ne mu fahimci abin ke faruwa ta wurin amfani da

5 Charles Haddon Spurgeon, "The Two Effects of the Gospel," *The New Park Street Pulpit*, Vol. I (Pasadena, TX: Pilgrim Publications, 1981), 198. Preached May 27, 1855.

hanyoyi daban-daban na Littafi Mai Tsarki. John Piper ya bayyana wannan dalla-dalla:

> Na ga sharri kala-kala a cikin hidima ta ta bishara. Na ji kyashin yin gargadi game da haka. Sharri kan auku ne idan mutum ya danganta bakin cikin shi da rashin kauna daga wani. Ba abu guda bane. Mutum zai iya yin kauna da gaske amma kuma wanda yake kauna ya rika jin kamar an bata masa, ya kuma yi amfani da wannan fushi nasa ya yi wa mai kaunarsa sharri don ya amince da wani laifi wanda ba shi ya aikataba. Sharri na nufin, "idan ka sani fushi, kai ke da laifi." Babu kariya. Wanda aka bata wa ya zama Allah. Tunaninsa ya zama alkali. Gaskiya bata da mahimmanci. Abu mai mahimanci kawai shi ne hukubar wanda aka bata wa. Wannan ya wuce abin da za a yi tambaya akai. Wannan dabara ta sauya tunani babbar mugunta ce. Na ga wannan sau da dama a cikin kusan shekaru a cikin aikin bishara, na kuma kasance a shirye domin kare mutanen da suke cikin irin wannan matsalar.[6]

A zamanin da ake danganta bakin cikin wani da lafin wani, wasu mutanen kan shigo cikin ikkilisiya don neman wanda zasu dorawa laifi. Shugabannin ikkilisiya sun kasance abun farautar wadannan mutane. Dalilan mutane na jin haushin wadannan shugabanni kamar yadda Dr. Piper ya bayyana shi ne, babu wani kwakkwaran dalili amma kuma suna ganin kamar suna da dalili, su kan kuma yada wannan tunani nasu mara makama tsakanin sauran mutane. Sa'an nan da sunan "sulhu" za a iya tursasawa wadannan

---

6 John Piper, cited in Justin Taylor, "Tozer's Contradiction and His Approach to Piety," Between Two Worlds blog, June 8, 2008, thegospelcoalition.org/blogs/justintaylor/ 2008/06/08/tozers -contradiction-and-his-approach_08/.

shugabanni su furta abin da yake gaskiya ga bishara wanda mutane ke kauna a matsayin zunubi.

ABOKAI DA KUMA MAKIYAN BISHARA

Har ila yau, bari mu kasance masu tawali'u da kuma yarda da kowacce gazawa tamu. Amma 2 Korantiyawa 2:15–16 ta koya mana cewa hamayyar da muke fuskanta na iya nuna amcincinmu ga bisharar Ubangijinmu.

Aminci na jawo makiya a duniya. Amma aminci kuma na da Aboki da kuma mai bada taimako a sama: Albarka tā tabbata gare ku sa'ad da mutane suka zage ku, suka tsananta muku, suka kuma ƙaga muku kowace irin mugunta, saboda ni. Ku yi murna da farin ciki matuƙa, domin sakamakonku mai yawa ne a Sama, gama haka aka tsananta wa annabawan da suka riga ku. (Mat. 5:11–12).

GABABI NA 7

MAFITAR MU

Su ne kuma suke bin 'Dan Ragon a duk inda ya je.

Wahayin Yahaya 14:4

A cikin duniyar nan duka, babu: wata gaskiya mai karfi kamar koy-aswar bishara, babu wata al'umma mai tausayi kamar al'adar bishara, babu abin da ake adawa da shi amma duk da haka ke fansa kamar wadannan biyun tare, babu kuma abin da ya cancanci ibadarmu. Ina fata kun yarda cewa koyaswa akan bishara gaskiya ce ga Littafi Mai Tsarki, al'adar bishara kuma ta kasance da sauki ga mutane. Idan haka yake, me kuma ya rage? Me ake bukata daga garemu? Me bishara wacce muke kauna ke bukata domin sabonta ikkilsiyoyi da muke kauna?

Bayar da rikicin zukatanmu (Irm. 17:9), abu na farko shi ne durkusawa a gaban Allah cikin tawali'u mu roke shi don ya tallafa mana. Kowannenmu minti biyar ne kadai tsakaninsa da dabi'a da kuma bala'in hidima. Bari mu fito fili game da yadda bukatunmu zasu kasance sabanin hanyoyin Allah. Ni da kai ba masu ceto bane. Mai Ceto daya ne kadai. Don haka, ya zama wajibi mu kai kawu-nanmu cikin hannuwansa yanzu, kada kuma mu fasa yin haka, lokaci zuwa lokaci, tsawon rayuwarmu. Francis Schaeffer yana mai cewa: "Ba mulkin Allah muke ginawa ba. Shi da kansa yake gina mulkinsa, mu kuma muna addu'a domin damar kasancewa a ciki."

81

Cikin damar da yake bayarwa cikin alherinsa, na ga darussa uku wadanda kowanne daga cikinmu da kuma ikkilisiyoyinmu zasu iya samu: iko, karfin zuciya, da kuma kauna. Babu ci gaba ba tare da su ba. Sun yi daidai da Littafi Mai Tsarki. Basu bukatar kudi ko kuma wani tsari na ibada. Zasu iya aiki a cikin kowace ikkilisiya ta kowace darika kamar yadda bishara da kanta zata yi—bishara kadai—ke da damar tsayawa a cibiyar wannan ikkilisiya.

Idan mun rasa komai da muke da shi don mu sami Almasihu—babu girman kai ko kuma daukar fansa—zamu iya karbar ikonsa, karfin zuciya, da kauna. Sun fi komai a cikin wannan duniya, sabo-da sun kasance ne daga wani wuri daban da wannan duniya. Wannen dalili ne zai sa ikkilisiyoyinmu su ce: "babu wani abu da zamu kara yi ba tare da iko ba, ko karfin zuciya, ko kuma kauna ta bishara domin daukakar Almasihu kadai!"

Bari muyi tunani akan kowanne daga cikin wadannan darussa.

IKO

Na farko shi ne iko. Bishara ikon Allah ce (Rom. 1:16), Yesu kuma ya ce da mabiyansa har a yi muku "baiwar iko daga sama" (Luka 24:49). Da ranar Fentikos ta yi, "farat daya, sai aka ji wani amo daga sama, kamar na busowar gawurtacciyar iska" (Ayukan Mazanni 2:2). Wannan iko bai zo daga Fasto ba, ko mutane, ko kuma kungiyar wakoki. Ya zo ne daga sama, kwatsam, ba tare da bayani ba Allah ne a ciki.

Ta yaya zamu amsa sunan Almasihu ba tare da ikon Almasihu ba? Idan kudurorinmu basu wuce matsayin da zamu iya kaiwa da kanmu ba, sai mu maida ikkisiyoyinmu zuwa ciboyiyi na al'umma. Amma idan mun gaji da iyawar kanmu, idan mun kunyata da ka-sawarmu, to mun shirya don kyautar iko daga sama.

Lokuta da dama mukan dauki ikon Allah a matsayin kari akan abin da karfinmu zai iya bamu. Ikkilisiyar farko ba tayi irin wannan tunani ba. Sun dauki iko Allah a matsayin wani mataki na shiga tsakani mai ban al'ajabi wanda bacin shi da sun mutu a cikin ruwa.

Ko kalmomin bishara ba a yi tsammanin zasu yi irin wannan aikin ba. Manzo Bulus ya bayyana ingantacciyar hidima tsakanin Tasalonikawa kamar haka: "domin bishararmu ba da magana kawai ta zo muku ba, amma da iko, da Ruhu Mai Tsarki, da kuma matukar tabbatarwa" (1 Tas. 1:5). Zuwan bishara ya haddasa gamuwa, karo tsakanin ikirarin al'adar Tasalonikawa da kuma ikirarin mulki na har abada. Ta sauya mutanen Tasalonika daga bautar gumakan da suka kera zuwa bautar Allah na gaskiya kuma mai rai (1 Thess. 1:9). Ra'ayin cewa Allah zai bunkasa ikon kansu ta wurin kara nasa ikon shi ne abu mafi zurfi a zukatan wadannan masu bi.

Ta yaya zamu iya kara zurfi cikin ikon Allah a yau? Har kullum wannan amsa mai sauki ce. Abin da zamu iya yi kawai shi ne mu koma ga Ubangijinmu da kuma alherinsa. "ya kai ɗana, sai ka ƙarfafa da alherin da yake ga Almasihu Yesu" (2 Tim. 2:1).

Shin wannan amsar ta cika sauki, ko kuma bata wadatar ba? Ku gwada ta. Ba ta da sauki. Tana nufin yin watsi da duk wata hanya ta samun karfi saidai ta alherin Allah kadai. Irin wannan kin sabanin yadda muka kasance a matsayin Krista ne. Basirar mu a kullum ta kasance kamar mafi tasiri. Amma wannan basira, wani nauyi ne mai kama da kadara. Yakin da ake yi a wannan zamani namu mai tsanani ne yadda cikin alherin Almasihu Yesu ne kadai za a iya cin nasara. Duk wani makami na yaki sabanin wannan na hadassa tsoro, rashin nasara, da jin kunya. Amma ta wurin karfafawar alherinsa, zamu kaiga nasara bisa nasara.

Tun da anan muna magana ne game da iko daga Allah, zaka yi tsammanin ambaci yin addu'a. Haka ne, bari mu himmantu cikin addu'a! Ba zamu taba samun Allah ba in ba tare da dogara da kuma kira ga Allah ba. Fasto Eric Alexander ya bayyana yadda addu'a take da tasiri a cikin ayukanmu: "Addu'a itace jigon aikin da Allah ya kira mu da yi. Koda yaushe mukan yi kira game da yin addu'a domin aikin, amma kuma a zahiri addu'ar itace ainihin aikin."[1]

Yana da wahala yau ka ga sha'awa ta yin addu'a a matsayin jigon hidimar bishara. Na kuma yarda cewa wauta ce kayi kokarin tashin mutane domin yin addu'a. Wannan baya haifar da wani kwakkwaran sakamako. Nasan hanya daya kadai kwakkwara wacce zata iya maida ikkilisiya ta zama mai addu'a, ta kuma ci gaba cikin addu'a, domin ikon Allah ya sauko: muna bukatar faduwa. Muna bukatar kasawa pyadda zamu gane kuskuren dogara ga kanmu maimakon Allah. Muna bukatar shan mamaki daga hanyoyin kanmu. Amma zai kasance abin kunya idan wadannan hanyoyi namu suka koma ga Allah!

Har manzo Bulus kansa bai same shi da sauki ba. Allah ya nuna masa wahayin sama (2 Kor. 12:1-4). Amma duk da haka, wannan yanayi mai tsarki bai zama masa hanya ta samun iko kai tsaye ba. Hasali ma shi ne ya zama masa "kaya a cikin jikin shi," radadi wanda ya raunana shi (aya 5-10). A cikin rashin karfinsa Ubangiji ya nuna masa cikar ikonsa. Sai hidimarsa ta kara bunkasa fiye da baya. "Saboda haka, ina murna da raunanata, da cin mutuncin da ake yi mini, da shan wuya, da shan tsanani, da masifu saboda Almasihu, don sa'ad da nake rarrauna, a sa'an nan ne nake da ƙarfi (aya 10).

Wadannan sune zabin da zamu rika fuskanta lokaci zuwa lokaci: Zamu yi kokarin ganin cewa mun birge? Zamu yi tsammanin samun cikakken iko? Zamu dage muga ga cewa mun zama masu cin nasara a kullum? Ko kuma zamu yi farin ciki idan ikon Almasihu ya sauko mana a cikin rauninmu mara iyaka? "Babu wanda farad daya zai iya samun yakinin cewa shi kansa mai hikima ne ko kuma Yesu Almasihu mai ceto ne."[2] Haka kuma wata ikkilisiya.

---

[1] Eric J. Alexander, "A Plea for Revival," in *Our Great God and Savior* (Edinburgh: Banner of Truth, 2010), 174.

[2] James Denney, quoted in James S. Stewart, *Heralds of God* (New York: Charles Scribner's Sons, 1946), 74.

KARFIN ZUCIYA

Darasi na biyu shi ne karfin zuciya. Yesu ya ce, "Duk mai son tat-talin ransa, zai rasa shi. Duk kuwa wanda ya rasa ransa saboda ni, saboda bishara kuma, tattalinsa ya yi" (Markus 8:35).

Hanya daya ce kadai ta bautawa Ubangijinmu—sadaukarwa ta gaba daya, komai tsadarta, "domin ta wurin kowane abu ya zama shi ne mafifici" (Kol. 1:18). Henry Drummond a baya ya ce: "kada ka shiga addinin Krista sai dai idan kana shirye ka fara bidar Mulkin Sama tukuna. Nayi maka alkawarin lalacewa idan ka neme shi daga baya."[3]

Bishara bata ci gaba sai dai idan akwai wanda yake shan wahala domin ta. Mai karfin zuciya ne kadai zai iya jure irin wannan saka-makon, amma akwai yanci a ciki. Yanzu son kai ya daina kawo mana cikas, yanzu nasarorinmu na baya sun daina daure mu, yanzu gazarmu ta baya da daina razana mu. Maimakon haka, yanzu muna da yanci na yin tsere wanda yake gabanmu, wato sa ido ga Yesu shi kadai.

Saboda haka, wajibi ne mu sake maida kanmu farko daga inda zamu fara tseren, daga gindin dutse ake fara hawa, mu kuma yi farin ciki da shi a matsayin wani babban al'amari na rayuwa—mu kuma ci gaba da abu na gaba mai wuya.

Girman Almasihu ya haifar mana da karfin zuciya. Bulus ya rubuta, "ina mantawa da abin da yake baya, ina kutsawa zuwa ga abin da yake gaba" (Fil. 3:13–14). Wannan shi ne yadda cikakken Krista yake tunani (aya 15). Bishara ta rike su, sun kuma zama da nawa, a bude, da kuma hangen gaba.

Fasto wanda ya kammala baya gara ikkilisiyarsa kamar wata kwallo, amma yana shirye domin nema da kuma kawo gyara ga ikkilisiya. Fasto zai iya tambaya cewa, "Wanne abu ne a ikkilisi-

---

[3] Henry Drummond, quoted in Raymond C. Ortlund, *Let the Church Be the Church* (Waco: Word, 1983), 44.

yarmu ya cancanci mu kare shi ta kowanne hali?" Akwai abubuwan da suka cancanta, amma ba duka ba.

Idan kai shugaba ne a ikkilisiya ka kuma zauna daram a cikin hidimarka, kana hakuri da yanayin rayuwa da kuma karbar albashi wanda yake a kayyade cikin hakuri har zuwa lokacin ritaya, matsalarka ba rashin dama bace. Matsalar ka itace ka rasa ganin daukakar Yesu. Ka tsaya ga karamin abu. Akwai bukatar ka tuba daga kowace irin daraja mara asali ka sake bautawa Ubangijinka cikin farin ciki.

Idan ka kasa samun natsuwa akan wata sabuwar albarka a cikin ikkilisiyarka, watakila ka manta ikkilisiyar wacece. Ba taka bace. Sayen ta akayi da tamani, ta wani ce kuma. Bari shi da kansa ya yi yadda yaga dama, bisa ga Kalmarsa kadai, don daukakarsa kadai. Ka dogara gareshi cewa, ka sadaukar da duk wata dukiya ta karya, zai albarkace ka da wadata ta ruhaniya.

Cikas na farko ga hidimar bishara ta ikkilisiyarku ba a can cikin duniya take ba; cikas na farko yana cikin ikkilisiyar kanta. Duk wata ikkilisiya, tana toshewa da kuma hana bishara ta wata hanya, har ma yayin da muke kokarin bunkasa ta. Don haka, bari kowace ikkilisiya ta binciki kanta. Nan ne za a iya yin duk wani gyara, komai radadinsa, komai kunyar shi, komai hassada, ta wurin kauna ga Ubangiji Yesu Almasihu. Zai girmama karfin zuciyarmu, domin daga bangaskiya take.

Nassi ya nuna mana yadda ikkilisiya ta farko ta darajanta karfin zuciya fiye da rayuwa kanta (Ayyukan Manzanni 4:23–31). Abin faranta zuciya ne yau ikkilisiyoyi su sa Ubangiji farko, cikin amincewa yana da kuduri na bishara dominmu. Abin murna ne ikkilisiya ta tsaya tare a matsayin daya ta ce: "Ba mu san takamaimai yadda wannan abu zai kasance ba. Amma zamu sa dogararmu ga Allah mu ci gaba, saboda abu mai mahimmanci a garemu shi ne daukaka mafi girma ta Yesu a cikin duniyarmu a yau."

Sabon karfin gwiwa har kullum yana samuwa ne daga shugabanni. Duk yadda shugabanni suke, haka ikkilisiya gaba daya zata kasance. Idan shugabanni kasuwanci suka sa a gaba, hatta ibadar ikkilisiya zata kasance kamar kasuwanci. Amma idan shugabanni masu karfin gwiwa ne domin Almasihu, ikkilisiyarsu zata kasance haka, John Heuss, yau yana ce mana: Ra'ayina mai ci gaba da girma shi ne babu ikkilisiyar da zata iya cika aikinta na ainihi sai idan rayuwar shugabanninta ta kasance kamar wata karamar al'umma wacce ta kunshi wadanda suka sauya shiru suka kuma tuba suka zama Krista na gaskiya. Damuwar yawancin ikkilisiyoyi itace babu wani, hatta Fasto, wanda ya yi tuba na gaskiya. Amma ko da akwai mai hidima wanda ya bada kai ga ibada, babu wani abin azo-a-gani da zai faru har sai an sami al'umma ta maza ta mata da suke sauya. Ba ma bukatar ko wane irin mutum. Kowane irin mutum bazai iya ribato cikakkiyar rayuwar zunubi ga Almasihu ba.[4]

Kazalika Howard Guinness ya kalubalancemu wadanda ke daukar gicciyen Almasihu cewa: Ina mutanen da suka ce da kansu "a'a", wadanda ke daukar gicciyen Almasihu,...wadanda ke shirye, idan akwai bukata, su zubar da jini, su sha wuya su kuma mutu akan gicciye? ... Ina masu fafutuka, masu bincike, majagaba na Allah, wadanda ke darajanta ran mutum daya fiye da tashi ko faduwar daula? .... Ina mutanen da suke shirye su dandana kudar wahayi?.... Ina mutanen Allah a wannan rana ta ikon Allah?[5]

KAUNA

Darasi na uku da ikkilisiya ke bukata itace kauna. "Duk abin da za ku yi, ku yi shi da ƙauna" (1 Kor. 16:14). Da wannan jimla daya, manzo Bulus ya kawo duka koyaswa akan bishara da ya koya a 1 Korantiyawa zuwa karshe mai ma'ana. Hasken kaunarsa ce rayuwar kowace ikkilisiya da ta sami kyakkyawar koyaswa. Ta yaya zai zama daban da haka? Almasihu shi kansa mai kauna ne. A cikin wa'azin-sa mai wannan taken, John Flavel ya taimaka mana da yadda zamu

---

[4] John Heuss, *Our Christian Vocation* (Greenwich: The Seabury Press, 1955), 15–16.
[5] Howard W. Guinness, *Sacrifice* (Chicago: InterVarsity Press, 1947), 59–60.

iya ganin Hasken Ubangiji mara misaltuwa wanda kuma bai gurbata ba:

> Daukakar Almasihu ta wuce kowace irin halitta ta duniya. Duk kuwa irin kyawun da take da shi, sai ka sami abun kyama tattare da ita. Komai kyawun hoto sai inuwarsa ta nuna. Hatta duwatsu mafiya daraja dole ne su kasance da wani aibu tattare da su. Ko halitta mafi daraja tana da nakasu. Idan akwai abu mai faranta zuciya, dole ne a samu abin da zai kawo bakin ciki. Idan mutum yana da kowace kwarewa, ta ko wacce hanya, duk da haka akwai wani rashin aminci tattare da shi. Amma ba haka yake ba ga Almasihu. Darajarsa mai tsarki ce, mara aibu. Shi teku ne na nagarta, ba tare da nakasu ba ko kadan.[6]

Haka Almasihu yake. Zai ci gaba da kasancewa "tekun nagarta" mara karewa. Ba zamu taba dandana bakin ciki a wurinsa ba. Babu wani abu na damuwa game da Almasihu. Shi nagari ne kyakkyawa kuma.

Tasirin hakan a cikin dangantakarmu yana da yawa. Almasihu wanda yake yake "kusa da zuciyar Uba" (Yah.1:18), ya zo cikin duniyarmu mai cike da wauta. Yana nan a cikin ikkilisiyarsa a yau, a bayyane yake. Ya kawo jinkai, sanin yakamata, kamewa, aminci, da kuma kulawa a cikin dangantakarmu da juna. Munyi masa laifi ta hanyoyi da dama. Amma mun zama mallakar wanda ya kasance kaunatacce, wanda ke nufin babu wani abu mara inganci, mai arha, na yaudara, ko kuma na banza game da mu wanda bishara ba zata gyara shi ba. Ta yaya mutanen duniya zasu ga hasken Shugabanmu idan jikinsa ya kasance da muni, komar kowane abu na duniya?

---

6 John Flavel, "He Is Altogether Lovely," in *The Whole Works of the Reverend Mr. John Flavel* (London: Thomas Parkhurst, 1701), I:332.

Mabu da yancin bata surar sa. a tsakanin mabiyan Almasihu, haske yana da iko.

Yesu ya gaya mana cewa wannan duniya mara aminci zata rika kallonmu a matsayin Krista ne kawai idan muka nuna kaunarsa. Ya ce: Sabon umarni nake ba ku, shi ne ku ƙaunaci juna. Kamar yadda na ƙaunace ku, haka ku ma, ku ƙaunaci juna. Ta haka, kowa zai gane ku almajiraina ne, in dai kuna ƙaunar juna" (Yahaya 13:34–35).

Umarnin Almasihu shi ne mu kaunaci juna. Misalin Almasihu shi ne mu mutu domin juna. Alkwarin Almashi shi ne kaunarmu ta nunawa wannan duniya mai cike da shakku irin sauyin da ya kawo. Kauna itace hanyar gamsarwa da Almasihu ya amince da ita. A yau mutane basu damu da koyaswa ba, amma sun damu da kauna. Babu wani abu game da mu da yake burge duniya sai dai kaunar Almasihu. Idan muka kasa kaunar juna ta hanyoyi masu jan hankali yadda zamu kasance muna kama da Yesu, to duniya tana da damar da zata yanke hukuncin cewa bamu san komai game da shi ba. Zai iya kasancewa ba dai dai suka fadi ba. Zai iya zama lallai mu Krista ne. Amma duniya tana da damar da zata sallami duk wani Krista da bashi da kauna a matsayin wanda ba Krista ba. Yesu ne da kansa ya basu wannan damar.

A cikin Yahaya 17, Yesu ya kara cewa, ba domin duniya duka yake roko ba amma domin mutanensa: "Ba duniya nake roƙa wa ba, sai dai su waɗanda ka ba ni, domin su naka ne….. domin dukansu su zama ɗaya, kamar yadda kai, ya Uba, kake cikina, ni kuma nake cikinka, haka su ma su kasance cikinmu, domin duniya ta gaskata, cewa kai ne ka aiko ni" (Yahaya 17:9, 21). Hakikanin gaskiya ta madawwamiyar Allahntaka ita ce al'umma mai kauna, Uba a cikin Da, Da a cikin Uba. Babu abin da duniya ta sani game da wannan, madawwamin hadin kai. Duniya a rarrabe take, fushi, tashin hankali, shirye kuma domin yaki. Duniya bata yarda cewa akwai hadin kai na gaske ba. Bata taba ganin shi ba. Abin da ta kadai ta sani shi ne yaki da kuma kokarin fadada iyakoki. Amma

Yesu yayi roko dominmu, domin ikkilisiyarsa, don mu zama sabuwar al'umma a nan duniya. Yayi roko cewa ikkilisiyoyinmu su zama shaida ta ainihin gaskiya ga duniya yau, ta yadda mutane zasu rika hangen gaba da wannan duniya yayin da suka ga ikkilisiyoyin-mu—i, ikkilisiyoyinmu!—wani nuni na dayantakar Uba da Da, su kuma gaskata bishara.

Yayin da karfin addu'ar Ubangijinmu ke kara shiga da zurfi, zamu iya tunani game da duka wadannan abubuwa ba tare da alhini ba? Ta yaya duniya ke kallon ikkilisiyoyi masu rabuwar kai su kuma rika tunanin: "Sai lokacin da ku Krista kuka san yadda zaku hada kai, sannan zamu ce wani abu. Amma idan ba haka ba, ba mu da sha'awa!" Abin da ke cikin hadari a tsakaninmu Krista shi ne shaidar cewa Uba ya aiko Dansa. Ba mutuncinmu kadai bane a cikin hadari amma Yesu a matsayin Wanda Allah ya aiko.

Hadin kai tsakanin ikkilisiyoyinmu, da kuma na dukan Krista na gaskiya, wadanda aka haife su ta wurin kauna, ba karamin ado bane a gefe, idan zamu so wannan dan karamin abun. Hadin kan-mu na daukaka Yesu a idon duniya a matsayin Dan Allah na gaskiya wanda Uba ya aiko—duka ikirarinsa mai gamsarwa, duka manufofinsa kyawawa, duka tabbatattun alkawurinsa. Wadannan suna da mahimanci ga Yesu shi yasa yayi roko dominsu. Mu kuma fa? Muna da irin wannan sha'awar? Ko kuma muna daukar su a matsayin zabi yayin da muke bada kanmu ga abubuwan da muka fi ba fifiko?

Mu shedu ne ga Yesu a matsayin Dan Allah ta wurin hadin kai da duka Krista na gaskiya a ko'ina. Ya kamata ikkilisiyoyinmu su yi farin ciki cikin nasarar juna su kuma yi alhini idan akasin haka ya kasance. Ya kamata mu fadi abubuwa nagari akan juna har ga wasu dariku na daban mu kuma kasance masu tawali'u a ga junanmu ta wurin yafe abubuwan da suka wuce da kuma ciyar da bishara gaba. Almasihunmu mai kauna ya cancanci ikkilisiya mai kauna a duniya yau.

Ga matakai biyu da zamu iya dauka wurin samin hadin kai na gaske. Na farko ya zo ne daga wani fasto a birnin da nake wanda ya wallafa a shafin yanar gizo na ikkilisiyarsa kwanan nan. Daya daga cikin kananan shafukan na da taken "#sameteam." Ga abin da ya rubutun kamar haka:

> Yayin da zamu so ku kasance cikin iyalin ikkilisiyarmu, mun san cewa akwai ikkilisiyoyi daban-daban da suka dace da irin mutane daban-daban. Mulkin Allah ya wuce girman darika daya ko kuma ikkilisiya! Idan bisa ga wani dalili kun yanke shawara cewa ikkilisiyarmu bata dace da ku ba, akwai ikkilisiyoyi masu kyau a yawa da zamu iya baku shawara ku hada hannu da su. ga wasu daga cikin su........

Sai suka wallafa shafin yanar gizo na wasu ikkilisiyoyi da ke cikin birnin—Presbyterian, Baptist, Anglican, da kuma independent, dukansu da]ya suke cikin bishara. Wannan yanar gizon amsa ce a fili ga rokon Ubangijinmu na mu zama daya. Zai zama da wahala a iya yin watsi da irin wannan karimci na zuciya. Kauna mai gamsarwace a koda yaushe. Wannan fasto mashaidin ne ga ikon Dan Allah ta wurin hadin kai da sauran Krista na gaskiya.

Mataki na biyu na shafi sulhu. Tun da yake ba ko yaushe muke kaunar junanmu da haske mai jan ra'ayi ba, ya kamata mu fuskanci gazawarmu da gaske. Ya kamata kuma mu gyara dangantakarmu da ta lalace gwargwadon iyawarmu (Rom. 12:18). Abin bakin ciki, "Dan'uwan da ya ji haushinka zai gagare ka, idan ka yi faɗa da shi zai rufe maka ƙofarsa" (Karin Magana 18:19). Hanyar lalacewa akwai saukin ginawa, amma kuma da wahalar rushe wa"![7] Munanan

---

[7] Derek Kidner, *The Proverbs: An Introduction and Commentary* (Downers Grove, IL: Inter-Varsity Press, 1964), 130.

kalmomi da ayuka suna dadewa a cikin zuciyar mutum, har ma zuwa zamanai masu zuwa. Lokaci baya share komai.

Amma Almasihu na iya fansar komai. Idan laifi ya lahanta hadin kai na kauna a jikin Almasihu, wajibi ne mu bi umarninsa: "Ku kula da kanku fa. In ɗan'uwanka ya yi laifi, ka tsauta masa. In kuwa ya tuba, ka yafe shi. Ko ya yi maka laifi sau bakwai rana ɗaya, sa'an nan ya juyo wurinka sau bakwai ya ce, 'Na tuba,' sai ka yafe shi" (Luka 17:3–4). Akwai hikima mai zurfi cikin wadannan kalmomi masu sauki. Sun cancanci ayi nazarinsu cikin natsuwa. Ubangijinmu ya bayyana wannan a fili, wanda muke bukata. Idan muka yi wa wasu laifi ko kuma aka yi mana laifi, sai mu rika kawo abubuwa masu rudani akan matsalar. Muna daure kanmu da tsaretsare da kuma ka'idodi, karkashin wadannan kuma, tsoro da girman kai. Amma duk wani mataki na kawo gyara a duniya ba zai iya maido da kauna ba idan zukatanmu suka taurare. Godiya, hikimar Ubangijinmu zata haska idan zukatanmu suka yi taushi. Yana nuna mana yadda zamu iya zuwa ga juna, amma da farko cikin taka tsantsan, amma da ikonsa na warkaswa, yayin zuciyarmu ta karaya.

Na sami taimako daga Taron Farkawa na Gabashin Africa da kuma jaddadawarsa akan "tafiya cikin haske." Bishop Festo Kivengere, a misali, ya bada labarin yadda Ubangiji ya sauya shi:

> Wani lokaci a baya William Nagenda da Ni kaina muna tattaunawa akan wani wa'azi da muka je a kasar waje. A cikin haka sai na fara jin kyashin nasarar dan uwana. Sai na fara sukar duk abin da ya fada. Kowace magana ba dai dai take ba ko ba a tsara ta da kyau ba ko kuma ba daga Littafi Mai Tsarki take ba. Alamunsa na munafunci ne. Komai game da dan uwana ba dai dai ba ne. Ina kara sukar shi, ina kara yin sanyi. Na zama daskararre, da kadaici da kuma tsimaye. Na kasance karkashin tuhumar Ruhu Mai Tsarki, amma duk da haka na ci gaba da dora laifin akan William. Daga karshe na tuba

na kuma fuskanci aikin dake gaba na mai wahala na yarda da mugun hali da na nunawa William. Muna daf da fara taro inda zamu yi wa'azi tare, sai na ce, "William, kayi hakuri. Ina mai baka hakuri. Zaka fahinci irin wannan sanyin gwiwar." "I, na kasance da sanyin gwiwa, amma ban san me ya faru ba. Me ya faru?" "Na zama mai jin kyashinka. Don Allah ka yafe mun." Wannan dan uwa nawa ya tashi ya rungume ni dukanmu muka zubar da hawaye na sulhu. Zuciyata tayi sanyi, yayin da yake wa'azi, sakon ya taba ni sosai.[8]

Ayar da ta ci gaba da sabonta kaunar masu bi na Africa itace 1 Yahaya 1:7: "In kuwa muna zaune a haske, kamar yadda shi yake cikin haske, muna tarayya da juna ke nan, jinin Yesu Ɗansa kuma yana tsarkake mu daga dukkan zunubi." Zuciya wacce take nesa da Allah tana nisa da wasu. Tana shiga cikin kwatance na rashin tausayi da kuma neman laifi mara karewa. Saboda haka, duk wani gyara yana farawa ne ta wurin komawa ga Allah, masu barna irin mu.

Abin mamaki shi ne, idan muka bata hanya, Allah ba shi da wahalar gano wa. Ya maida kansa mai saukin gani. Yana "cikin haske"—a can wurin da gaskiya take, da aminci, a bude, da furta zunubi, da kuma yarda da laifi. Allah da kansa yana jiranmu acan. Mu masu zunubi zamu iya zuwa gare shi kyauta ta wurin gicciyen Almasihu. Can a cikin haske, amma cikin haske kadai, komai yana zama da kyau har ma dangantakarmu da juna.

Hukuncinmu shi ne mu fuskanci kanmu. Wannan abu ne na cin mutunci da kuma radadi. Shi yasa muke gudun haske. Akwai abubuwa game da mu wadanda suka faru a baya da bama so mu tuna—munanan kalmomi, ayukan cin amana, saba alkawari, da

---

[8] Festo Kivengere, quoted in Richard K. MacMaster and Donald R. Jacobs, *A Gentle Wind of God: The Influence of the East Africa Revival* (Scottsdale: Herald Press, 2006), 212.

kuma abubuwa marasa kyau. Muna saka wadannan abubuwa cikin duhun uzurorinmu da kuma kauda laifi. Mun ki mu kira zunubi "zunubi." Akawai barazana sosai a cikin abin da muka aikata shi yasa yake da wuya mu kanmu mu amince da shi, balle ma mu furta shi ga wasu. Amma wadannan wurare na kunya sune wurare wadanda Ubangiji Yesu Almasihu mafi son mu. Akwai wani dalili da zai hana muyi tafiya tare da juna cikin haskensa, inda zamu sake maida zumuntarmu da juna jinin Yesu kuma ya wanke mu daga dukan zunubi?

Abun jin dadi ne mu sake dawowa cikin hasken gakiya, inda muka fara saduwa da Ubangiji. A can ne zamu sake dawo da tsofofin abokanmu cikin kauna. A can ne Yesu zai samu daukaka a idon duniya. koyaswa akan bishara na haifar da al'adar bishara.

IX 9Marks

GINA IKKILISIYOYI MASU LAFIYA

SHIN KUNGIYAR KU TANA DA LAFIYA?

9 Marks sun wanzu don ba wa shugabannin Ikklisiya damar hangen nesa na Littafi Mai Tsarki da albarkatu masu amfani don nuna ɗaukakar Allah ga al'ummai ta wurin majami'u masu lafiya.

Don wannan, muna so mu taimaka wa majami'u su girma cikin alamun lafiya guda tara waɗanda galibi ba a kula da su:

1. Wa'azi Mai Girma
2. Rukunan Bishara
3. Fahimtar Littafi Mai Tsarki na Juyawa da Bishara
4. Membobin Cocin Littafi Mai-Tsarki
5. Horon Ikklisiya na Littafi Mai-Tsarki
6. Damuwa ta Littafi Mai Tsarki game da Almajirai da Girma
7. Jagorancin Ikilisiyar Littafi Mai Tsarki
8. Fahimtar Littafi Mai Tsarki game da Ayyukan Addu'a
9. Fahimtar Littafi Mai Tsarki da Ayyukan Ayyuka

A 9Marks, muna rubuta labarai, littattafai, bita na littattafai, da mujallar kan layi. Muna gudanar da taro, yin rikodin tambayoyi da kuma samar da wasu albarkatu don samar da majami'u don nuna ɗaukakar Allah.

Ziyarci gidan yanar gizon mu don nemo abun ciki a cikin yaruka 40+ kuma ku yi rajista don karɓar mujallar mu ta kan layi kyauta. Duba cikakken jerin sauran gidajen yanar gizon mu na waje anan: 9marks.org/about/international-efforts/.

9Marks.org